சர்வாதிகார இந்துத்வா மாடலுக்கு திராவிட மாடல் மாற்றாகுமா?

வே. மீனாட்சி சுந்தரம்

செம்மையாக்கம்: மயிலை பாலு

பாரதி புத்தகாலயம்

Sarvathikara Induthuva modellukku Dravida model Matraguma?

V. Meenakshi Sundaram

First Published: March, 2023

Published by

BHARATHI PUTHAKALAYAM

7, Elango Salai, Teynampet, Chennai - 600 018

Email: bharathiputhakalayam@gmail.com / www.thamizhbooks.com

சர்வாதிகார இந்துத்வா மாடலுக்கு திராவிட மாடல் மாற்றாகுமா?

வே. மீனாட்சிசுந்தரம்

முதல் பதிப்பு: மார்ச், 2023

வெளியீடு:

பாரதி புத்தகாலயம்

7, இளங்கோ சாலை, தேனாம்பேட்டை, சென்னை - 600 018.

தொலைபேசி : 044-24332424, 24330024 | விற்பனை: 24332924.

நோக்கவுரை

"விமர்சனமில்லாத கருத்து எப்படி வீரியம் பெறும்? எப்படி திருத்தமாக
செம்மையாக்கப்படும்? எப்படி மெருகேற்றப்படும்?
அதற்கான வாய்ப்பே இல்லாமல் போகிறதே!"

- பெரியார்

தமிழ்நாட்டில் மட்டுமே ஆரிய, திராவிடப் பண்பாட்டு முரணைச் சுற்றி அறிவுலம் சமூக, அரசியல் பிரச்சினைகளை அலசுவதைக் காண்கிறோம். ஆனால் தமிழ்நாடு உட்பட இன்றைய இந்தியாவில் இவர்கள் சொல்லக்கூடிய ஆரியமும் திராவிடமும் கலந்து இனம் தெரியாமல் போய் சில ஆயிரம் ஆண்டுகளாவது இருக்கும் என்பதை வரலாறு உணர்த்துகிறது.

ஆரியமும் திராவிடமும் இரண்டறக் கலந்துவிட்ட பிறகு அதைப் பிரித்து அரசியல் பண்ணுவது ஒரு வகை பழைமைவாதமாகும். ஆரியமோ, திராவிடமோ நமது அரசியல் பண்பாட்டில் களைய வேண்டியதை, தேடி அழிக்க வேண்டியவைகளை விவாதிப்பதே இப்படைப்பின் நோக்கமாகும்.

"தனி மனிதனுக்கு சுயமரியாதை தேவை" என்றார் பெரியார்.

"இனமானமே எங்கள் மூச்சு" என்று பேராசிரியர் அன்பழகன் இன உணர்வை அடிப்படையாக்கினார்

சமூக நீதி, அனைவருக்குமான வளர்ச்சி, கலைஞர் கருணாநிதி உருவாக்கிய நமக்கு நாமே போன்ற பூமணக்கும் முழக்கங்களை இலக்காக வைத்துப் பெரியார், அண்ணா, கலைஞர் வழியில் செயல்படுவது என்று குறிப்பிட்டு இன்றைய முதல்வர் மு.க. ஸ்டாலின் பேசிவருகிறார். அவர் மட்டுமல்ல, தமிழ்கூர் அறிவுலகமே திராவிட மாடலின் 46 வருட செயல்பாடு, விளைவு இவைகளின் நிறை குறைகளை அலசாமல் இன்றைய முதல்வரின் ஆற்றலைத் துதிபாடுவதைக் காண்கிறோம். அவருக்கு ஆற்றல் இருப்பதை இந்த எழுத்து மறுக்கவில்லை. ஆனால் அரசியலில் தனிமரம் தோப்பாகாது.

மதவெறி பிடித்த, மக்கள் விரோத மோடியின் இந்துத்வா மாடலுக்கு மாற்று - திராவிட மாடல்தான் என்று எழுதியும்

பேசியும் வருவதையே இந்த எழுத்து ஆய்விற்கு உட்படுத்துகிறது. திராவிட மாடலின் நிறைகுறைகளை அலசினால் மோசமான இந்துத்வா மக்களை அடிமைப்படுத்திவிடும் என்று அரசியல் மேதைகளும் பயப்படுகின்றனர். இந்த பக்திப் பார்வை திராவிட மாடலை மேன்மைப்படுத்த உதவாது. இன்றைய நிலையில் எது மாற்று என்பதை சுட்டிக்காட்டுவதே இந்த எழுத்தின் நோக்கமாகும்.

எனவே மோடியின் இந்துத்வா மாடலுக்கும், திராவிட மாடலுக்கும் உள்ள ஒற்றுமை, வேற்றுமை, செயல்படும் திறன் இவைகளை ஒப்புநோக்குவதே நமது நோக்கம். அத்துடன், பழைமைவாதங்களின் பிடியிலிருந்து பொதுமக்களை விடுவிக்க... தமிழக அறிவுலகத்தின் கடமையை சுட்டிக்காட்டுவதும் அவசியமாகும்.

❑

விவாதம் தொடங்கட்டும்... தொடரட்டும்...

கடந்த காலத்தை நிகழ்காலத்தோடு இணைத்துப் பார்ப்பதும் எதிர்காலத்துக்கு வழிகாட்டுவதும் சாலச் சிறந்தது. இந்தச் சிறப்பான செயலை எப்போதும் செய்து வருபவர் மார்க்சிஸ்ட் கம்யூனிஸ்ட் கட்சியின் மூத்த தோழர் வே.மீனாட்சிசுந்தரம் (வி.எம்.எஸ்.) அவர்கள். எந்தப் பிரச்சனையையும் மேம்போக்காகப் புரிந்துகொள்வது, அந்த நிலையிலிருந்து மட்டுமே பேசுவது, எழுதுவது அவருக்கு உடன்பாடு இல்லாதது. ஆழமாகப் புரிந்து கொள்ள, தாம் விரும்புவதோடு, மற்றவர்களும் அப்படியான பயிற்சி பெற ஊக்கப்படுத்துவார். 'தீக்கதிர்' நாளிதழின் ஆசிரியராக இருந்தபோது அவர் எங்களுக்குக் கற்றுத் தந்த பாடம் இது.

இந்த நிலையில் நின்றுதான் இந்த நூலினை வி.எம்.எஸ். படைத்துள்ளார். விமர்சனம் இல்லாத கண்ணோட்டம் குட்டை போன்ற தேக்கத்தை ஏற்படுத்தி இறுதியில் சீரழிவை சந்திக்க வேண்டியிருக்கும் என்பது அவரது கருத்து. இதனை, நூலின் நோக்கம் உரையைத் தொடங்கிவைக்கும் பெரியாரின் மேற்கோள் தெளிவாக்கும். மனிதகுலம் தோன்றியபோது பேதங்கள் இருந்திருக்க வாய்ப்பில்லை. பின்னர் குழு, இனம் போன்ற கருத்தாக்கங்கள் எங்கிருந்து வந்தன என்று ஆய்வுக்கு உட்படுத்துவதை "இன ஆணவ சித்தாந்தம் தோன்றிய வரலாறு" என்ற பகுதியில் காணலாம். மண்டை ஓட்டினை அடிப்படையாகக்கொண்டு செஃபாலிக் இண்டெக்ஸ் என்பதை உருவாக்கியவர் அமெரிக்காவின் மெடிசன் கிராண்ட் என்பதை ஆசிரியர் சுட்டிக்காட்டுகிறார். மனிதர்களுக்கு இன அடையாளம் கொடுத்த அந்த ஆய்வு, சமூகத்தில் ஏற்படுத்திய--- ஏற்படுத்தும்--- விளைவுகளைக் கவலையோடு பார்த்து, அனைவரும் மனிதர்களாக ஒன்றுபடும் காலம் வரவேண்டும் என்ற விருப்பத்தைப் பதிவு செய்கிறார்.

இதற்குப் பெரியாரின் சுயமரியாதை இயக்கம் பங்களிப்பு செய்ததையும் சிங்காரவேலரும் ஜீவாவும் துணை நின்றதையும் பண்டைய ஆய்வுத் தரவுகளுடன் முன்வைக்கிறார். தமிழகத்தில் திராவிட இன அரசியல் முன்னெடுக்கப்பட்டதிலிருந்து இன்றுவரை 'இனம்' எப்படி அரசியல் அதிகாரத்தை அடைவதற்கான அலங்காரச் சொல்லாக மட்டுமே இருக்கிறது. அந்த இனத்து மக்களிலும்

ஏழைகளுக்கு ஒரு விதமாகவும் பணக்காரர்களுக்கு ஒரு விதமாகவும் திராவிடக் கட்சிகளின் ஆட்சி வினையாற்றுகிறது என்பதை எல்லாம் இந்நூல் நுணுகி ஆராய்கிறது. இந்த நுணுக்கத்தில் நிர்வாகத்தின் கூறுகளாக உள்ள சட்டமன்றத்திலும், நாடாளுமன்றத்திலும் இந்தக் கட்சிகளின் தலைவர்களும் பிரதிநிதிகளும் முதலாளித்துவ நிலப்பிரபுத்துவ மனப்பாங்குடன் நடந்துகொள்வதையும் படம் பிடித்துள்ளது. திராவிடக் கட்சிகளின் அரசியல், சமூக, பொருளாதாரக் கோட்பாடுகள் என்ன என்பதை மக்கள் அறிந்திருப்பதைவிடவும், அவர்களுக்கு அறிய வைத்திருப்பதை விடவும், தூக்கலாக இருப்பது அண்ணா, கலைஞர், எம்.ஜி.ஆர்., ஜெயலலிதா இப்போது ஸ்டாலின் என்ற தனிநபர் துதி என்பதை சுட்டிக்காட்டுகிறார். அரசியல் என்றால் என்ன? அரசியல்வாதிகள் எப்படி இருக்க வேண்டும்? இவற்றை அளவிடுவதில் மக்கள் கவனமாக இருக்க வேண்டியதன் அவசியம் என்பதை எல்லாம் மிகுந்த அக்கறையோடும், இயங்கியல் பார்வையோடும் ஆசிரியர் பதிவு செய்கிறார். இடதுசாரிக் கட்சிகளின் சில முடிவுகள் தேர்தல் அரசியலில் சறுக்கலை ஏற்படுத்தின என்பதைச் சுட்டிக்காட்டுவதன் மூலம் ஒருபால் கோடாத ஆய்வு நிலையை உறுதி செய்கிறார்.

குறுக்குசால் ஓட்டியும், குட்டையைக் குழப்பி மீன் பிடித்தும் ஆட்சி அதிகாரத்தை நிலைநாட்டிக்கொள்ளும் பாஜக, இப்போது தமிழ்நாட்டில் காலூன்ற கஜகரணம் போடுகிறது. அதற்காக அது மோடியின் இந்துத்துவ மாடல்தான் விடிவு-மாற்று என்கிறது. அல்ல... திராவிட மாடல்தான் மாற்று என்று சிலர் பேசிவருகிறார்கள். அது குறித்த அலசலை நூலில் பதிவு செய்திருப்பது கவனிக்கத்தக்கது.

அனைத்தையும் ஆய்வு செய்து கருத்துக்களை மட்டும் பரிமாறிச் சென்றுவிடாமல் மக்கள் என்ன செய்ய வேண்டும் என்ற நிலைப்பாட்டையும் வலுவாக முன்வைக்கிறது. அதிகார மமதையோடு இருந்த ஒன்றிய பாஜக அரசையும் மாநில அஇஅதிமுக அரசையும் அடக்கி வழிக்குக் கொண்டுவர ஜல்லிக்கட்டுக்கு அனுமதி கோரியும், விவசாயத்தையும் விவசாயிகளையும் சீரழிக்கும் வேளாண் சட்டத்தை ரத்து செய்யக் கோரியும் நடத்தப்பட்ட போராட்டங்களும் வெற்றி வாகைகளும் அண்மைக்கால வரலாற்றில் ஆழப் பதிந்தவை. இவற்றை எடுத்துக்காட்டுகளாகக்கொண்டு, உழைக்கும் மக்கள் விரும்பும் வகையில் சமத்துவமும், ஜனநாயகமும், நீதியும், நேர்மையும் கொண்ட சமூகத்தை நடத்திச் செல்ல, ஆட்சி

அதிகாரத்தை அவர்கள் கைப்பற்றுவதற்கான புரட்சியின் கூறுகளை நூலில் பதிவிட்டுள்ளார்.

இருப்பினும் பிரிட்டிஷ் அரசின்கீழ் உருவாக்கப்பட்ட சட்டமன்றம், ஆட்சிகள், ஆளும் கட்சிகள், ஆட்சி முறைகள் தொடங்கி, இவற்றின் இப்போதைய நிலைவரை வர்க்கக் கண்ணோட்டத்துடன் ஓர் ஆய்வு நூல் வரப்பெற்றால் ஒரு நூற்றாண்டு காலத்தின் ஆட்சி பற்றி வரவிருக்கும் தலைமுறை அறிந்துகொள்ள உதவும். இதனை விஎம்எஸ் அவர்கள்தான் செய்ய வேண்டும் என்பதில்லை. இளம் ஆய்வாளரேனும் செய்தால் பயனுடையதாக இருக்கும் என்ற எண்ணத்தை என்னுள் இந்நூல் தூண்டியுள்ளது. பலருக்கும் பலவிதமான தூண்டுதல்களையும் கண்ணோட்டங்களையும் அவற்றின்வழி விவாதங்களையும் தொடங்க இந்நூலில் பல கூறுகள் இருக்கின்றன. தொடங்கட்டும்... தொடரட்டும்...

மயிலைபாலு

தொடர்புக்கு: 71479 94442

❑

உள்ளடக்கம்

1

சுயமரியாதை இயக்கம் முதலும் முடிவும்

இந்தியத் துணைக்கண்டத்தில் புராணங்களும், கற்பிதங்களும் மக்களது நடைமுறைக்கு எப்பொழுது, எவ்வளவு காலம் வழிகாட்டியாக இருந்தன என்பதை எளிதில் கணிக்க முடியாது. வீரத்தாலும் அக்காலத்தின் விவேகத்தாலும் குலத் தலைவர்களாக இருந்தவர்களைத் தெய்வாம்சம் பொருந்திய அரசர்களாக மக்கள் கருதத் தொடங்கினர். அது வடக்கேயிருந்து தெற்கே பரவியது என்றே கூற வேண்டும். சங்க கால இலக்கியங்களில் வள்ளல்களையும், மன்னர்களையும் பற்றிய குறிப்புகள் இதனைக் காட்டுகின்றன. ஆரியர்கள் வர்ணாஸ்ரம தர்மத்தைப் புகுத்துவதில் வெற்றி அடைந்தாலும் அவர்களின் மொழியைத் திணிப்பதில் தோல்வி கண்டனர். அந்த அரசர்கள் உருவாக்கிய அரசு எந்திரம் வர்ணாஸ்ரம தர்மத்தை விசுவாசப் படைமூலம் பேணியது. வர்ணாஸ்ரம தர்மத்தைப் புகுத்திய அந்த நாளில் இருந்தே அதற்கு எதிரான அறப்போரும் தொடங்கிவிட்டது. மக்களை அடக்குவதில் அரசர்கள் வெற்றிபெற்றனர். அறிவியல் வளராத சூழலில் மக்களும் தலைவிதியை நொந்தனர். மன்னராட்சி ஒழிந்த பிறகும் வர்ணாஸ்ரம தர்மம் நவீன யுகத்திலும் புதிய அவதாரமெடுத்து நம்மை மிரட்டுகிறது. பல ரகமான மூடநம்பிக்கைகளுக்கு மக்கள் அடிமைப்பட்டுக் கிடப்பதே காரணம் என்று கருதிய விவேகிகள் மூடநம்பிக்கைகளை அகற்ற, கருத்துப் போரைத் தொடங்கினர்.

பிரிட்டன் மக்களோடு கொண்ட தொடர்பால் 19ஆம் நூற்றாண்டின் கடைசிக் கட்டத்தில் இந்தியாவிலும் அறிவியல் நோக்கில் மூடநம்பிக்கைகளை அகற்றும் அமைப்புகள் தோன்றின. அவற்றில் சென்னை லௌகீக சங்கம் என்ற அமைப்பு (1878-88) குறிப்பிடத்தக்கது. 'தத்துவ விவேசினி' என்ற தமிழ் இதழும் 'தி திங்கர்' (The Thinker) என்ற ஆங்கில இதழும் அந்த அமைப்பின் சார்பில் மத மறுப்புக் கருத்துக்களைப் பரப்பின (ஆதாரம்: 'இந்து' பத்திரிகை. நவம்பர் 8, 2012). அறிவியல் கண்டுபிடிப்புகளைப் பிரச்சாரம் செய்தன. டார்வின் கோட்பாட்டை விளக்கி, பிரம்மன் படைப்பு என்ற பொய்மையை வெளிச்சம் போட்டுக் காட்டின. அதோடு பிற மதங்கள் பரப்பும் மூடநம்பிக்கைகளையும் கண்டித்து எழுதின.

தியாசபிக்கல் (இறையியல் அல்லது பிரம்மஞான) தத்துவத்தோடு கருத்துப்போர் நடத்தின. அன்று தமிழ்நாட்டில் சாதி, மத மறுப்பு இயக்கத்தை வித்திட முனைந்தவர்களில் பெரும்பாலோர் ஆங்கிலக் கல்வி கற்றவர்கள். இவர்கள் பிரெஞ்சுப் புரட்சி, பின்னர் சோவியத் புரட்சி ஆகியவற்றில் ஒன்றினால் ஆர்வம் தூண்டப்பட்டு செயல்பட்டவர்கள். அந்த அமைப்புகளில் பல பிரிட்டிஷ் ஆட்சியாளர்களின் சட்டம் ஒழுங்குக் கனலெரியில் கருகின. அரசு பேணிய சனாதனவாதிகளின் சதிகளால் புதைந்தன. அந்த நெருக்கடியிலும் சென்னை லௌகீக சங்க நோக்கங்களுக்குப் புத்துயிர் கொடுக்க வந்ததுபோல் பெரியாரின் சுயமரியாதை இயக்கம் காலூன்றியது.

அதேபோல் இந்தியாவின் வட பகுதியில் அம்பேத்கர் ஏகனாக நின்று சாதிகளின் ஒழிப்பிற்குப் போராடினார். ஜாட்பட் தோடக் மண்டல் போன்ற சாதி மறுப்பு இயக்கமும் தலை தூக்கி இருந்தது. சில இந்துமதச் சீர்திருத்தவாதிகளும் சாதி ஏற்றத்தாழ்விற்கு எதிராக உபதேசம் செய்தனர். குலத்தொழில் முறை ஒழியாமல் சாதி உணர்வு மங்காது, அகமணமுறை நிலவுகிறவரை சாதிப் பண்பாடு சாகாது என்பது எதார்த்தமாகும். அறிவியல் பரவாமல் மாற்றம் வராது என்பது நிதர்சனமாகும்.

அன்று அடக்குமுறை காரணமாக அறிவியலடிப்படையில் இயங்கும் கம்யூனிஸ்ட்டுகள் தலைமறைவாகச் செயல்படத் தள்ளப்பட்டனர். இதே நெருக்கடி சுயமரியாதை இயக்கத்திற்குத் தெம்பூட்டிய பெரியாருக்கும் இருந்தது. இருந்தாலும் பெரியாரின் சுயமரியாதை இயக்கத்தின் தாக்கம் மட்டுமே காலத்தை வென்று நிற்க முடிந்தது. அதற்குக் காரணமிருந்தது. அந்த வைக்கம் வீரர் காங்கிரசிலிருந்து விலகி சனாதன தர்மங்களைப் பேணிய பிரிட்டிஷ் அரசின் உயர் பதவிகளில் பிராமண ஆதிக்கத்தை எதிர்த்த நீதிக் கட்சியில் சேர முடிவெடுத்தார். மெட்ராஸ் ராஜதானியின் (சென்னை மாகாணத்தின்) நிர்வாகக் கவுன்சிலில் சர் சி.பி.ராமசாமி ஐயரை உறுப்பினராக நியமித்தது பிரிட்டிஷ் அரசு. அதனைக் கண்டித்து இவர் கொண்டுவந்த தீர்மானத்தை ஜஸ்டிஸ் கட்சி நிராகரிக்கவே, அதில் சேராமல் ராமநாதன் என்பவர் தொடங்கிய பிராமண எதிர்ப்பு சுயமரியாதை இயக்கத்தைப் பெரியார் கையிலெடுத்தார். சிங்காரவேலர், ஜீவானந்தம் ஆகிய இருவரும் பங்களிக்க, சுயமரியாதை இயக்கம் பகுத்தறிவையும் சோசலிசத்தையும் இணைக்கும் இயக்கமாக மலரத் தொடங்கியது.

சில ஆண்டுகளே சுயமரியாதை அமைப்பு ஜீவித்திருந்தாலும், சிங்காரவேலர் - பெரியார் ஜீவா இம் மூவரும் தொடுத்த சித்தாந்தப் போரின் தாக்கம் மகத்தானது. சித்தாந்தப் போரின் உள்ளடக்கத்தின் தரத்தை அறிவியலோடு சிங்காரவேலர் இணைத்தார். அது மட்டுமல்ல, அவர் ஒரு சிறந்த சித்தாந்தப் போராளியாகவும் இருந்தார். சித்தாந்தப் போரின் தன்மை எதிரியை வாதில் வெல்வதல்ல. சமயவாதிகள்போல் பிற சமயத்தினரைக் கழுவில் ஏற்றியோ, தீயில் பொசுக்கியோ கொல்வதல்ல. மாற்றானைத் தன் பக்கம் வரவழைப்பது. மாற்றானின் ஒரு தலைப்பட்சமான பார்வையைச் சுட்டிக்காட்டுவதாகும்.

சித்தாந்த ரீதியாகப் பார்த்தால் ஆன்மிகவாதிகளே மார்க்சிசத்தை வெறுப்பவர்கள், தாக்குபவர்கள். அவர்களை வெல்வது எளிதல்ல. ஏனெனில், ஆன்மிகம் உணர்ச்சிவயப்பட்டு உருவாவது. தன் காலத்தில் வாழ்ந்த திரு.வி.க., தெ.பொ. மீனாட்சிசுந்தரனார் போன்ற ஆன்மிகவாதிகளை, சிங்காரவேலர் மார்க்சிய இயலை ஏற்கவைத்தார். தத்துவ மேதை எனப் புகழப்பட்ட சர்வபள்ளி ராதாகிருஷ்ணன் ஒரு தத்துவ மாநாட்டில் மிகையான அறிவும், துறை வாரியாகிவிட்ட நிபுணத்துவமும் சமுதாயச் சீரழிவிற்குக் காரணம் என்று குறிப்பிட்டுப் பேசியதை விமர்சித்து ‘குடிஅரசு’ இதழில் எழுதினார். அதில் அறியாமையும் மூடநம்பிக்கைகளுமே சமூகச் சீரழிவிற்குக் காரணம் என்று குறிப்பிட்டார். சம தர்மத்தைப் படிப்பதின் மூலம் இளைய சமூகம் கெட்டுவிட்டது என்று சர்தார் வல்லபாய் படேல் கூறியதை விமர்சித்து எள்ளல் நடையில் பத்திரிகைக்குக் கடிதம் எழுதினார். அதாவது, சிங்காரவேலர் நேர்மையான ஆன்மிகவாதிகளை, மார்க்சிசத்தை ஏற்கவைத்தார். ஆஷாட பூதிகளை அம்பலப்படுத்தினார். அவர் வாழ்ந்த காலத்தில் இருந்த அறிவுலகத்தோடு கலந்துரையாடி சித்தாந்தப் போரில் ஈடுபடவைத்தார். அயோத்திதாசருக்கும், சிங்காரவேலருக்கும் இடையே நடந்த சொற்போர் மூலம் சிங்காரவேலர் பவுத்தச் சிந்தனையில் துவங்கி மார்க்சியத் தத்துவவாதியாக உயர்ந்தார் என்று அறிய முடிகிறது (புலவர் வீரமணி எழுதிய சிங்காரவேலரும் பிற சிந்தனையாளர்களும்). பெரியார் வேத, மதப் புராணங்களை அலசி ஆராய்ந்தவர். அந்த ஞானம் அவருக்குச் சித்தாந்தப் போரில் மக்களையும் ஈடுபடச் செய்யும் ஆற்றலைக் கொடுத்தது. வரலாற்றுப் பொருள்முதல்வாத நோக்கில் சுயமரியாதை மற்றும் சமதர்மச் சமூகக் கருத்தின் வேரை வள்ளுவரிலிருந்து கம்பன் வரை தேடிக்

கொடுப்பவராக ஜீவா இருந்தார். மார்க்சிசம் என்பது நமக்கு அந்நியமல்ல என்ற உணர்வை உருவாக்கினார்.

இந்திய வரலாற்றை ஆய்வு செய்தால் வேந்தர்களும் வேதாந்திகளும் இணைந்து தொடுத்த தாக்குதலால் வரலாற்றுத் தொடர்பற்று அவிந்து போன அறிவுச் சுடரை ஏற்றிட சுயமரியாதை இயக்கத்தின் பங்களிப்பு மகத்தானது என்பது தெரியும். பெரியார் சோவியத் யூனியன் சென்று திரும்பியதும் சமதர்ம எழுத்துக்களைப் பரப்பிட இதழ்களைப் பயன்படுத்தினார்.

பிரிட்டிஷ் அரசு கொடுத்த நெருக்கடியால் சுயமரியாதை இயக்கம் நடத்திய இதழ்கள் முடங்கின. இந்நிலையில் மீண்டும் ஜஸ்டிஸ் கட்சியில் இணைந்து ஒரு கட்டத்தில் சமூக சீர்திருத்த இயக்கமாகத் திராவிடர் கழகத்தைத் தோற்றுவித்தார். அது பிராமண அதிகார வர்க்க ஆதிக்கத்தை எதிர்க்கும் இயக்கமாகியது. இதனால், அறிவியல் பார்வை, சமத்துவக் கண்ணோட்டம் இரண்டையும் உயிர்மூச்சாகக்கொண்டு சுயமரியாதை இயக்கம் தொடங்கிய சித்தாந்தப் போரில் பெரியாரின் பங்கு திசை மாறியது. பெரியாரும் அண்ணாதுரையும் இணைந்து உருவாக்கிய திராவிடர் கழகம் ராமர் பட எரிப்பு, பிள்ளையார் உடைப்பு போன்ற இயக்கங்களை நடத்தின. இதன் விளைவுகள் இரண்டுவிதமாக இருந்தன. அறிவுலகத்தைச் சித்தாந்தப் போரில் ஈடுபட வைத்தது. இதிகாசங்கள்,புராணங்களை மதச் சார்பற்ற ஆய்விற்கு உட்படுத்த அறிவுலகம் ஊக்கம் பெற்றது. புராணங்கள் மற்றும் செவிவழியாக உழைக்கும் மக்கள் மனத்திலே காலத்தை வென்று நிலைத்திருப்பவை பழைய சமூக உறவுகளை அவதானிக்க உதவும் தடயங்களாயின. மறுபக்கம் அரசியலில் ஆரிய - திராவிடப் பகைமையை விதைக்கும் இனமான அரசியல் இயக்கத்தின் அடிப்படையானது. சுயமரியாதை இயக்கத்திற்கும், திராவிடர் கழகப் பகுத்தறிவு இயக்கத்திற்கும் உள்ள வேறுபாடு நுணுக்கமானது. வரலாறு அறியாமல் அதை உணர இயலாது.

1929இல் ‘குடிஅரசு’ என்ற இதழில் பெரியார் சுயமரியாதை இயக்கம் ஏன், எதற்காக? என்று தலைப்பிட்டு எழுதினார். அதில் அதன் நோக்கத்தைத் தெளிவுபடுத்துகிறார்.

“சுயமரியாதை இயக்கமானது அரசியல் கட்சிகளின் பேரால், நமது நாட்டிலுள்ள பல கட்சிகளைப் போலல்லாமல், அந்நியர்களிடமிருந்து யாதொரு விதமான சிறு விஷயத்தையும்

எதிர்பாராமல் மக்களிடம் அறிவை விளக்கி, அவரவர் மனப்பான்மையை மாற்றுவதன் மூலமே உண்மையான விடுதலையையும், சமத்துவத்தையும், தன் மதிப்பையும் உண்டாக்கக் கூடியதான ஓர் இயக்கமாகும். இவ்வியக்கத்தின் முக்கியக் கொள்கை, கட்டுப்பட்டு, அடைபட்டிருக்கும் அறிவுக்கு விடுதலையை உண்டாக்குவதேயாகும். ஆதலால் சு.ம. (சுயமரியாதை – ஆசிரியர்) இயக்கம் என்பதை அறிவு விடுதலை இயக்கம் என்றே சொல்லலாம்.''

ஒரு நேர்மையான மனிதன் தனது அறிவுக்கும் ஆராய்ச்சிக்கும் உள்ள கட்டுப்பாட்டையும் நிர்பந்தத்தையும் நினைத்துப் பார்த்தால் இவ்வியக்கத்தின் பெருமை தானாக விளங்கும்.

இவ்வியக்கம் தோன்றி, மூன்று, நான்கு ஆண்டுகளுக்குள் மக்களிடம் இது உண்டாக்கி இருக்கும் உணர்ச்சியைப் பார்த்தால் இவ்வியக்கம் அறிவு விடுதலை இயக்கமா அல்லவா என்பது நன்றாய் விளங்கும். சுயமரியாதை இயக்கம் தேசத் துரோக இயக்கமென்றும், நாத்திக இயக்கமென்றும் சொல்லிக்கொண்டு எவ்வளவோ முயற்சியும் கட்டுப்பாடான சூழ்ச்சிகள் செய்துங்கூட சுயமரியாதை இயக்கம் ஒரு சிறிதும் பின்னடையாமல் அடிக்க அடிக்க பந்து எழும்புவதுபோல் விஷமப் பிரச்சாரம் செய்யச் செய்ய, இப்போது இந்திய தேசம் முழுவதும் பஞ்சில் நெருப்புப் பிடிப்பது போல் மக்களிடம் பரவிக்கொண்டே போகின்றது ('குடிஅரசு', 25.8.1929). இருந்தாலும் சுயமரியாதை இயக்கத்தின் தந்தையாக இருந்த பெரியார், அரசு கொடுத்த நெருக்கடியைத் தவிர்க்க திராவிடர் கழகத்தைத் தோற்றுவித்தார்.

❑

2

திராவிடர் கழகம் பிறந்தது

1940களில் முரண்படும் சித்தாந்தப் போக்குகள் கொண்டே திராவிடர் கழகம் பிறந்தது. அதாவது, ஜஸ்டிஸ் கட்சியின் பாரம்பரியமும், சுயமரியாதை இயக்கத்தின் சமத்துவப் புதுமையும் இணைந்து பகுத்தறிவு இயக்கம் என்ற பெயரோடு தொடங்கியது. அந்த இரண்டும் ஒன்றை ஒன்று முண்டித் தள்ளத் தொடங்கின. திராவிடர் கழகத்தின் தொடக்க காலத்தைப் பற்றி அண்ணாதுரை எழுதிய லட்சிய வரலாற்றில் உள்ளதையும், பின்னர் அவர் முதலமைச்சரானவுடன் பேசியதையும் ஒப்பிட்டால் இந்த உண்மை தெரியவரும்.

'லட்சிய வரலாறு' என்ற நூலில் அண்ணாதுரை குறிப்பிடுகிறார்: "திருச்சியிலே! அதற்கு அடுத்த கிழமை நாம் கூடினோம். அங்கே ராஜகோலாகலர்கள் இல்லை! மிட்டா மிராசுகளும் ஜமீன் ஜரிகைக் குல்லாய்களும் இல்லை! மாநாட்டுப் பந்தலிலே, வந்திருந்த தாய்மார்களின் தங்கக்கட்டிகள் தூங்குவதற்கு ஏணைகள் கட்டிவிடப்பட்டன! கொலு வீற்றிருக்கும் ராஜா கொடுத்த 2000-த்துக்காக, அவருடைய கோணல் சேட்டையைச் சகித்துக் கொண்டிருந்தனர் காங்கிரசில். இங்கோ அழுகிற குழந்தையை முத்தமிட்டுச் சத்தம் வெளிவராதபடி தடுத்த தாய்மார்களைக் கண்டோம்; பெருமையும் பூரிப்பும் கொண்டோம். நாட்டுப்பற்றுக்கு நாயகர் என்று கூறிடுவோர், அங்கு ஓட்டு வேட்டைக்கான ஓங்காரச் சத்தமிட்டனர். இங்கோ நலிந்து கிடக்கும் இனத்துக்கு நல்லதோர் மூலிகை தேடிடும் நற்காரியத்தில் ஈடுபட்டோம். அங்கு அரசாள வழிகண்டனர்! அங்கு பதவி தேடிடும் பண்பினர் கூடினர். இங்கு இனத்தின் இழிவு துடைக்க எத்தகைய கஷ்டநஷ்டமும் ஏற்கத் தயார் என்று உறுதி கூறிய வீரர் கூடினர். அங்கு வெள்ளை ஆடை அணிந்தவரின் விழா. இங்கு துயர்கொண்ட திரு இடத்தின் இழிவைக் குறிக்க இனிக் கருப்பு உடை தரித்து, விடுதலைப் போர் துவக்குவோம் என்று சூள் உரைத்த வாலிபர்களின் அணிவகுப்பு. அங்கு அறுவடை- இங்கு உழவு! அங்குப் பேரம்- இங்கு வீரம்! அங்குக் காங்கிரசு - இங்கு திராவிடர் கழகம்! செல்வம் கொழிக்கும் பம்பாய் நகரிலே, தாஜ் ஹோட்டல் என்ன! ராயல் ரெஸ்டாரண்ட்

என்ன! ரம்மியமான பல விடுதிகள் என்ன! இவ்வளவு வசதிகள்! செல்வவான்களுக்குத் தேவையான சுவைகள்! இங்கோ வெட்ட வெளியிலே ஒரு கொட்டகை! கொட்டகைக்கும் நகருக்கும் இடையே இரண்டு மைல் தொலைவு. மாநாட்டார் சாப்பாடு போட வசதி இல்லை! தங்கப் போதுமான விடுதிகள் இல்லை! மழைத்தொல்லையோ தொலையவில்லை! இடியும் மின்னலும் அதிகார வர்க்கத்தின் அமலும் அமோகம்! மாநாட்டுக்கு மகாராஜாக்களும் பட்ட மகரிஷிகளும் இல்லை! அலங்காரப் புருஷரும், அவரை அடக்கியாளும் மெழுகு பொம்மைகளும் இல்லை! ஒரே ஒரு மோட்டார்! இங்குமங்கும் ஓடிக்கொண்டிருந்தது; அதுவும் வாடகை வண்டி!

பதவிபெறப் பாதை வகுத்தனரா? இல்லை! இருக்கும் பதவியை விட்டுவிடு. இல்லையேல் விலகி நில் என்று கூறினர்! தேர்தல் முஸ்தீபுகள் உண்டா? இல்லை! தீண்டினால் திருநீலகண்டம்! மாஜி மந்திரிகள் உண்டா? தென்படவில்லை! மிட்டா மிராசுகள் உண்டா? இல்லை! காருண்ய மிகுந்த சர்க்காருக்குக் காவடி தூக்குவோர் உண்டா? இல்லை! வேறு யார் இருந்தனர்? வெள்ளம்போல் தமிழர் கூட்டம்! அவர்கள் கூடிப்பேசி வகுத்த வழி என்ன? "நாமிருக்கும் நாடு நமது என்பதறிந்தோம்; இது நமக்கே உரிமையாம் என்பதும் தெரிந்தோம்" என்று கூறினர். "கொலைவாளினை எடடா! மிகு கொடியோர் செயல் அறவே" என்று பாடினர். "திராவிடத் திருநாட்டினிலே ஆரிய அரசா? அதற்குப் பார்ப்பன முரசா?" என்று கேட்டனர். சர்க்கார் சனாதனத்துக்கு இடந்தரும் போக்கைச் சாடினர்; பெரியாரே இப்பெரும் படைக்குகந்த தலைவர் என்று தேர்ந்தெடுத்தனர். களம் காட்டுக என்று முழக்கமிட்டனர். கடும் பத்தியத்துக்கெல்லாம் தயார் என்று உறுதிமொழி பூண்டுவிட்டனர்.

முதலமைச்சரானபின் 1967, ஏப்ரல் 20 அன்று அண்ணாதுரை பேசியதை 'விடுலை' பத்திரிகை வெளியிட்டுள்ளது. அது வருமாறு:

"தமிழ்நாட்டில் அக்காலத்தில் நிர்வாகத்திலிருந்த ஜஸ்டிஸ் கட்சி மற்றெல்லா மாநிலங்களைவிடச் சிறந்த முறையில் நிர்வாகத்தை நடத்தியதையும் எல்லாச் சமூகத்தினருக்கும் நீதி வழங்கி வந்ததையும், பார்ப்பனரல்லாதார், பிற்படுத்தப்பட்டவர், தாழ்த்தப்பட்டவர்களை முன்னேற்றமடையச் செய்ததையும் அடியோடு மறைத்துவிட்டு, ஜஸ்டிஸ் கட்சி வெள்ளைக்காரனுக்கு வால் பிடித்த கட்சியென்றும், வெள்ளைக்காரன் பூட்ஸ் காலை நக்கிய கட்சியென்றும் சிலர் மேடைகளில் பேசி வருவதற்கு, தமிழக முதலமைச்சர் அண்ணா சரியான பதிலடி கொடுத்தார்.

பெரியார் ராமசாமியும் நானுமே திரு. பி.டி. ராஜனைவிட ஜஸ்டிஸ் கட்சிக்கு அதிக உரிமையுடையவர்கள். நாங்கள்தான் சேலம் மாநாட்டில் ஜஸ்டிஸ் கட்சியின் பெயரைத் திராவிடர் கழகமாக மாற்றியமைத்தோம். அதற்கான தீர்மானத்தைப் பிரேரேபித்ததும் நான்தான்.'' என்று சென்னை ராயப்பேட்டை உட்லண்ட்ஸ் ஓட்டலில் தமக்கும் தமது சக அமைச்சர்களுக்கும் திரு பி.டி. ராஜனும் அவரைச் சார்ந்தவர்களும் அளித்த உபசாரத்தின்போது அண்ணா குறிப்பிட்டார்.

அவர் தொடர்ந்து கூறியதாவது: ''ஜஸ்டிஸ் கட்சி ஒரு சிறந்த நிர்வாகக் கட்சி; அது பிற்போக்குக் கட்சியல்ல; அது எவ்வளவு சிறந்த நல்ல கட்சியாக இருந்திருக்கிறதென்றால், தற்பொழுது ஒவ்வொருவரும் அக்கட்சி தன்னுடையதுதானென்று உரிமை கொண்டாடுகின்ற அளவிற்கு அது சிறந்த பணியாற்றியுள்ளது. ஆகவே, அது ஒரு பிற்போக்குக் கட்சியல்ல; அரசியல் மூலமாக நாட்டுக்கு நல்ல பலனை எதிர்பார்ப்பதே அக்கட்சியின் தத்துவம் என்று சொல்வதே சரியானதாகும்.

நான் சுயமரியாதை இயக்கத்தைச் சேர்ந்தவனாதலால் சுயமரியாதைக் கட்சியின் தீவிரக் கருத்துக்களையும் ஜஸ்டிஸ் கட்சியினர் ஆற்றிய பயனுள்ள சேவைகளையும் எனது நிர்வாகப் பணியில் ஏற்று நடத்துவேன்'' என்று கூறினார் ('விடுதலை' 20.4.1967).

பெரியார், சிங்காரவேலர், ஜீவா மூவரும் பங்களித்த சுயமரியாதை இயக்கத்திற்கும், பின்னால் பெரியாரும் அண்ணாவும் இணைந்து உருவாக்கிய பகுத்தறிவு இயக்கத்திற்கும் வேறுபாடு உண்டு என்பதை இவர்களின் கூற்றுக்கள் காட்டுகின்றன. இரு இயக்கங்களின் நடைமுறைகளும் வழிகாட்டிய சித்தாந்தங்களும் முரண்படுவதை அவை நமக்கு உணர்த்தும்.

பெரியார், சிங்காரவேலர், ஜீவா இம்மூவரும் பங்களித்த சுயமரியாதை இயக்கத்தின் தத்துவ ஆயுதம், சமத்துவம், சோசலிசப் பொருளாதார சமதர்மக் கோட்பாடுகள் ஆகும். திராவிடர் கழகப் பகுத்தறிவு இயக்கத்திற்கு இந்து சமயங்களின் சடங்குகளை எதிர்க்கும் நாத்திகம் ஆயுதமாக இருந்தது. இது நடைமுறையில் சுயமரியாதை இயக்கத்தின் திசை வழிக்கு எதிரான திசையில் பகுத்தறிவு இயக்கத்தைத் திருப்பிவிட்டது. விளைவு, திராவிடர் கழகத்தின் வாரிசுகள் அரசியலைச் சீரழிக்கும் கட்சிகளாகவும்

அறிவியல் பார்வையை முடக்கி மூடநம்பிக்கைகளை வளர்க்கும் சமயச் சடங்குகளைப் பேணும் இயக்கங்களாகவும் மாறிவருவதைக் காண்கிறோம். "நான் சுயமரியாதை இயக்கத்தைச் சேர்ந்தவனாதலால் சுயமரியாதைக் கட்சியின் தீவிரக் கருத்துக்களையும் ஜஸ்டிஸ் கட்சியினர் ஆற்றிய பயனுள்ள சேவைகளையும் எனது நிர்வாகப் பணியில் ஏற்று நடத்துவேன்" என்று 1967இல் முதலமைச்சர் அண்ணாதுரை செய்த சூளுரை பொய்த்துப்போனது.

பெரியாரை பூசிப்பவர்கள் பெரியாரின் சுயமரியாதைக் கருத்துக்களுக்கு மலர்வளையம் வைப்பவர்களாக ஆனதையும் காண்கிறோம். இதனைப் பெரியாரின் எழுத்துக்களே நமக்கு உணர்த்தும். திராவிடர் கழகத்தின் திட்டங்களாகக் கீழ்க்கண்டவற்றை 1947இல் 'குடிஅரசு' இதழில் அவர் வெளியிடுகிறார்.

- சமூக வாழ்வில் மக்களிடையே எவ்வித உயர்வு, தாழ்வும் இருக்கக் கூடாது.
- பொருளாதாரத் தன்மையில் பணக்காரன், ஏழை என்கின்ற வித்தியாசமில்லாமல் எல்லாப் பொருளும், பூமியும் எல்லோருக்கும் சரிசமமாய் மனித சமூகம் இருக்க வேண்டும்.
- மனித சமூகத்தில் ஆணுக்கும் பெண்ணுக்கும் எவ்வித வித்தியாசமும் இல்லாமல் சகல துறைகளிலும் சமத்துவம் இருக்க வேண்டும்.
- மனித சமூகத்தில் ஜாதி, மதம், வருணம், தேசம், கடவுள் ஆகிய அபிமானங்களை அறவே ஒழித்து உலக மனித சமூக நேய ஒருமையே நிலவ வேண்டும்.
- உலகில் உழைப்பாளி என்றும் முதலாளி என்றும் பிரிவினையே இல்லாமல் சகல தேவைகளுக்கும், சகல மனிதர்களும், சரிசமமாகப் பாடுபட்டு அவற்றின் பயனை எல்லோரும் சரிசமமாக அனுபவிக்க வேண்டும்.
- ஒவ்வொரு மனிதனும் எவற்றிற்கும், எவ்விதத்தும், அடிமையாகாமல் அவனவன் அறிவு, ஆராய்ச்சி, உணர்ச்சி, காட்சி ஆகியவற்றுக்கு இணங்கி நடக்கச் சர்வ சுதந்திரமும் இருக்க வேண்டும்.

('குடிஅரசு' - 06.12.1947).

"பகுத்தறிவு என்பது ஆதாரத்தைக்கொண்டு தெளிவடைவது ஆகும். நான் சொல்கிறேன் என்பதற்காக எதையும் நீங்கள் ஒப்புக்கொள்ளாதீர்கள். பிறகு, மதவாதிகள் புராணத்தை முன்வைத்துப் பேசுவதை நீங்கள் ஒப்புக்கொள்வதற்கும், இதற்கும் வித்தியாசம் இல்லாமல் போய்விடும். நான் பேசியதை வைத்து உங்களுக்குள் நிறையக் கேள்விகளை எழுப்புங்கள். அதன் பின்னர் நான் சொன்னது சரியென்னும்பட்சம் ஒப்புக்கொள்ளுங்கள்.

ஜாதிகளைக் குறிக்கும் நெற்றிக்குறி, உடை, பூணூல் முதலிய சின்னங்களைச் சட்டப்பூர்வமாகத் தடுக்க வேண்டும்.

ஜாதி ஒழிப்பு என்பது நாட்டின் லைசன்ஸ் பெற்ற திருடர்களை, அயோக்கியர்களை, மடையர்களை ஒழிப்பதாகும்.

ஜாதியை ஒழிக்க வேண்டுமானால், அதற்கு மூலகாரணமான கடவுள், மதம், சாஸ்திரம், புராணம், சட்டம் இவைகளை ஒழித்தாக வேண்டும்.

கணவன், மனைவி என்பது கிடையாது. ஒருவருக்கொருவர் துணைவர்கள், கூட்டாளிகள் என்பதுதான் உண்மை.

நான்கு ஆண்களும், ஒரு பெண்ணும் குடும்பத்தில் இருந்தால் முதலில் அந்தப் பெண்ணைத்தான் படிக்க வைக்க வேண்டும்" (பெரியார் சிந்தனைகள் - 'விக்கி லீக்' மேற்கோள்).

பெரியாரின் இந்தக் கோட்பாடுகள், அவர் காலத்திலேயே நடைமுறையில் பிராமண எதிர்ப்பாக ஆவதற்குப் பல காரணங்கள் இருந்தன. அரசாங்க அமைப்பில் பிராமண ஆதிக்கம் இருந்தது. அதனை எதிர்ப்பது என்பது அவர் வாழ்ந்த காலத்தின் கட்டாயமாகியது. அவருக்கு முன்னரே பாரதியார் இதனைத் தொடங்கிவைத்துவிட்டார். அவரால் இயக்கமாக ஆக்க முடியவில்லை. பெரியார் இயக்கமாக்கினார். இந்தப் பிராமண எதிர்ப்பின் சாராம்சத்தைப் புரிய வேண்டுமானால் அன்று பிரிட்டிஷ் அரசு உருவாக்கிய அதிகார வர்க்க அமைப்பைப் பற்றியும் வர்ணாஸ்ரம தர்மத்தின் வரலாறு பற்றியும் அறிமுகம் தேவை.

❑

3

வர்ணாஸ்ரம (அ)தர்மமும் பிரிட்டிஷ் ஆட்சியும்

சுமார் 2 ஆயிரம் ஆண்டுகளுக்கு முந்தைய மனு ஸ்மிருதி, சுமார் 1700 ஆண்டுகளுக்கு முந்தைய கௌடில்யரின் அர்த்த சாஸ்திரம், அடுத்து சில நூற்றாண்டுகள் கழித்துக் குடும்ப உறவு பற்றிப் பேசிய வாத்சாயனரின் காமசூத்திரம் என்ற மூன்றும் வர்ணாஸ்ரம தர்மத்தை நிலைநாட்டின. இதன் காரணமாக மன்னர்கள் காலத்தில் குலத்தொழில் அடிப்படையில் சாதிகள் பெருகின. நவீனத் தொழில் வளர்ச்சியே புதிய சாதிகள் உருவாதைத் தடுத்து நிறுத்தியது.

வர்ணாஸ்ரம தர்மத்தை ஆரிய தர்மம் என்று கணிப்பது முழு உண்மையல்ல. இந்தியாவிற்குள் குடியேறிய எல்லா ஆதிவாசிகளும் கலந்து சாதிப் பிரிவினைகளைக்கொண்ட சமூகமாக ஆன பிறகு உருவாக்கப்பட்ட தர்மம் என்பதே பொருத்தமாகும். அதனால்தான் சாதிய ஏற்றத்தாழ்வு நாடு முழுவதும் பரவிக் கிடக்கிறது. இந்தியாவை இந்து மன்னர்கள், சுல்தான்கள், மொகலாயர்கள் என்று தொடங்கி கடைசியாக பிரிட்டிஷ் ராஜவம்சத்தினர் ஆண்டனர். இவர்களில் அசோகரையும், அக்பரையும் தவிர யாரும் மத இணக்கத்தை உருவாக்க முயற்சிக்கவில்லை. இந்த இருவரும்கூட வர்ணாஸ்ரம தர்மக் கோட்பாட்டைப் பேணினர். அது திணித்த தீண்டாமைக் கொடுமைகளை அகற்றவில்லை. 1772இல் இந்தியாவை அடிமைப்படுத்திய கிழக்கிந்திய கம்பெனியின் வாரன்ஹேஸ்டிங்கும் 1857க்குப் பிறகு பிரிட்டிஷ் ராஜவம்சமும் இந்து மார்க்கங்களைப் பின்பற்றுவோருக்கு மனுஸ்மிருதி நியதிப்படியே உரிமை வழங்கப்படும் என்று அறிவிப்பு செய்தனர். அதனடிப்படையில்தான் அரசாங்கப் பதவிகள் பிராமண சாதியினரின் ஏகபோகமாயின. இந்த ஏகபோகத்தைப் பிராமணர்கள் எவ்வாறு பெற்றனர் என்பதைப் புரிந்துகொள்ள மானுடவியல் கண்ணோட்டம் தேவைப்படுகிறது. அதனை சுருக்கமாகக் காண்போம்.

ஹோமோ சேப்பியன் எனும் மானுட இனத்தினரே ஆப்பிரிக்காவில் தோன்றி உலகெங்கிலும் பரவினர் என்பது இன்று வரை மறுக்க முடியாத அறிவியல் தகவலாகும். அந்த வகையில் பார்த்தால் இந்தியாவிற்குள் முதலில் வந்தவர்கள் அவர்களே. அதன் பிறகே

திராவிடர்கள், ஆரியர்கள், மங்கோலியர்கள் என வந்து இரண்டறக் கலந்தனர். அந்தக் கலவை மானுடத்தின் வாரிசுகள்தான் இன்றைய இந்திய மக்கள் என்பதைப் பல மானுடவியல் நிபுணர்களின் ஆய்வுகள் காட்டுகின்றன. இந்தக் கலப்பு நேர்ந்த விதம் பற்றிப் பல கோட்பாடுகள் உள்ளன. வடமேற்கே இருக்கும் பஞ்சாபிற்கு காக்கஸ் மலையிலிருந்து வந்த திராவிடர் மொழி பேசும் மக்கள் ஏற்கெனவே இருந்த ஆப்பிரிக்க மானுடத்துடன் கலந்து விவசாயம் சார்ந்த நாகரிகத்தை உருவாக்கி வாழ்ந்தனர் எனவும், அவர்களோடு சுமார் மூவாயிரம் ஆண்டுகளுக்குமுன் குடியேற வந்த ஆரிய மொழி பேசும் மக்கள் கலந்தனர் எனவும் தடயங்களை வைத்து முடிவிற்கு வர முடியும்.

ரிக் வேதத்தில் திராவிடர் மற்றும் முண்டா மொழிச் சொற்களின் கலப்பு இருப்பதை வைத்துப் பார்த்தால் அந்தக் கலந்து கட்டிய சமூகத்தில் ஆதிக்கச் சாதியான பிராமணர்களே ரிக் வேதத்தை முதலில் அறிவுச் சொத்தாகச் சமைத்தனர் எனலாம். சில நூறு ஆண்டுகளில் அதையே மறு சீரமைத்து பாடல் அறிவு என சாம வேதத்தை ஓதினர். அதனை அடுத்து யஜுர் வேதம் என்ற பலியிடல் யாகத் தொகுப்பைத் திரட்டினர். நிறைவாக ஆக்னி அறிவு என்ற அதர்வண வேதத்தைப் பாடினர். எல்லாவற்றையும் மனப்பாடமாக வைத்துக் கொண்டனர். இவையெல்லாம் மூவாயிரம் ஆண்டுகளுக்கு முன்னரே இந்தியாவில் வாழ்ந்த கலந்து கட்டிய மானுடத்தின் படைப்பாகும். பின்னர் பிராமணர்களைத் தவிர, வேறு யாரும் வேத பாராயணம் செய்யக் கூடாது. எழுத்திலே வடிக்கக் கூடாது என்ற நிலை வந்தது. பிராமணனே எழுதி வாசித்தாலும் தண்டனை உண்டு என வால்மீகி ராமாயணம் குறிப்பிடுகிறது. இந்த நான் மறையையும் யாகங்களையும் குறிப்பிடுகிற பாடல்கள் நமது இலக்கியங்களிலேயும் வருகின்றன. இந்தியா முழுவதும் வேதமும் யாகமும் பரவியது, அதற்கு எதிர்ப்பும் இருந்தது என்பதை இந்திய மொழிகளின் பண்டைய இலக்கியங்களை அலசினால் தெரிகிறது. யாகத்தில் பலியிட்ட மிருகங்களின் மாமிசத்தை நெய்யில் வதக்கிச் சாப்பிட்ட பிராமணன் எப்போது புலால் உண்ணாமைக்கு மாறினான்? புலால் உண்பவனைத் தாழ்ந்த சாதி என்று ஒடுக்கி அவன் உழைப்பில் எப்போது வாழத் துவங்கினான்? இதனை விளக்குவது எப்படி?

நான்கு மறைகளின் உள்ளடக்கத்தையும் உபநிடதங்கள், பவுத்த சமண மார்க்கங்கள் கூறுவதையும் இணைத்துப் பார்த்தால்

மாற்றங்கள் எப்படி ஏற்பட்டது என்பது புலனாகும். ஏதோ ஒரு வகையான வர்க்கப் பிரிவினைகள் அந்த ஆதி சமூகத்தில் உருவாகியிருக்க வேண்டுமெனத் தெரிகிறது. வேதங்களைத் தொடர்ந்து உருவான உபநிடதங்களில் வேதங்களை மறுத்துக் கூறும் பகுதிகள் உள்ளன. நான்கு வேதங்களும் இந்திரனையும் வேறு பல கடவுள்களையும், யாகத் தீ வளர்த்து சொத்துக்களைத் தர வேண்டுகிற வாசகங்களே. வேதங்களின் வாசகங்கள் அனைத்தும் சொத்துக் குவிக்கப் பேராசை கொண்ட சுயநலவாதிகளின் வேண்டுதலே. மழையிலிருந்து, குழந்தை வரை பெறுவதற்கு இந்த யாகத்தை வேத காலப் பிராமணர்கள் நடத்தினர். பிறருக்குச் சொந்தமான கால்நடைகளைக் கவர்தல் தர்மம் என்று வேதங்கள் கூறுகின்றன. ஒரு குழந்தையைப் பலியிட்டால் இந்திரன் மகிழ்ந்து பல குழந்தைகள் தருவான் என்று கருதினர்.

நான்கு வேதங்களிலும் சில வரிகள். யாகங்களை நம்பும் பிராமணனும், அதனை மறுக்கும் சிரமணனும் மோதியிருக்கின்றனர் என்பதைக் காட்டுகின்றன. யஜுர் வேதம் குறிப்பிடுவதுபோல் மிருகங்களையும் மனிதர்களையும் தீ வளர்த்துப் பலியிடும் கொடூரமான யாகங்களையும் இந்த சிரமணர்கள் மறுத்துள்ளனர். வேதங்கள் குறிப்பிடும் 33 கடவுள்களையும் அந்தக் கடவுள்களுக்குக் கடவுளான இந்திரனையும் மறுத்துள்ளனர். இந்தச் சிரமணர்களை பவுத்த சமண மார்க்கங்களின் முன்னோடிகள் என ஆய்வாளர்கள் கருதுகின்றனர். சுமார் 2100 ஆண்டுகளுக்குமுன் வாழ்ந்த யக்ஞ வாக்கியர் எழுதிய பிருஹதாரண்ய உபநிடதம், இந்த சிரமணர்களைத் திருடர்கள், நாத்திகர்கள், சண்டாளர்கள், கருக் கலைப்பவர்கள், புலையர்கள், பறையர்கள் முற்றும் துறந்தவர்கள் என்று குறிப்பிடுகிறது.

வால்மீகி ராமாயணத்தின் தொடக்கத்தில் தசரத மன்னன் குழந்தையில்லாமல் தவித்ததாகவும், குழந்தை பெறுவதற்குக் குதிரையைப் பலியிடும் யாகம் நடத்த பிராமணர்களை அழைத்ததாகவும் ஒரு பகுதி வருகிறது. சாகடித்த குதிரையோடு பட்டத்து ராணியைத் தூங்க வைத்ததையும் அது விரிவாகக் கூறுகிறது (முதலில் பெரியார்தான் வால்மீகி ராமாயணத்தின் அசிங்கங்களை அறியச் செய்தார்). அதாவது, கடவுள்களை யாகங்கள் மூலம் திருப்திப்படுத்தினால் குழந்தை முதல் கால்நடைகள், தானியங்கள் வரை தானாகக் கிடைக்கும் என்று நம்பினர். சிரமணர்கள் உழைப்பைச் செலுத்திச் சிரமப்படாமல்

எதுவும் கிடைக்காது என்று போதித்தனர். வானவியல் மற்றும் கணக்கியல், அறிவியல் வளர வித்திட்டனர். பிற்காலத்தில் சிரமணர்கள் வழிவந்த பவுத்த, சமண மார்க்கங்களின் தாக்கத்தால் பிராமண மதம் உருமாறியது. புலால் உண்ணாமைக்கு மாறியது. வர்ணாஸ்ரம தர்மத்தைப் பேணுவதில் கவனம் செலுத்தியது. வேதங்களை எதிர்த்தவர்கள் கண்ட வானவியலை இந்தப் பிராமணர்கள் ஜோதிடமாக மாற்றினர். மூடநம்பிக்கைகளை வளர்க்க பிராமணர்கள் அறிவியலை பயன்படுத்தினர். ரிக்வேத (9.112) ஸ்லோகம் கூறுகிறது; பல வகையாகக் கருதிச் சொத்துக்களை அடையவே நாம் எல்லோரும் முயற்சிக்கிறோம். அந்தச் சொத்தின் பின்னால் சிறிய கால்நடைபோல் அலைகிறோம்.

அதாவது, வன்முறை மூலம் சொத்துச் சேர்ப்பதை அறமாக வேதங்கள் கருதுகின்றன. சிரமணர்களின் வாக்குவாதங்களாலும் வன்முறை மூலம் சொத்துத் திரட்டுவதிலிருக்கிற ஆபத்துக்களும் சொத்துத் திரட்ட அலைந்த சமூகப் பிரிவை சிந்திக்கத் தூண்டுகிறது. வர்ணாஸ்ரம தர்மம் சொத்தைத் திரட்ட ஆபத்தில்லாத வழியாக இருப்பதை உணர்கிறது. அதைப் பேணுகிற முறையில் புராணங்களை உருவாக்குகிறது. இல்லறம் துறவறம் பற்றிய சர்ச்சையை உருவாக்கி கடவுளின் அருளைப் பெற யாகங்களுக்குப் பதிலாக தவம், பஜனை, சடங்குகள் என்று விரிவடைகிறது.

அடக்குமுறை கருவியாகத் தோன்றிய அரசு அதிகார அமைப்பிற்கு மனுசாஸ்திரமும் கௌடில்யரின் அர்த்தசாஸ்திரமும் அடிப்படைகளாயின.

இப்படித்தான் பிராமணர்கள் அறிவாற்றலை வைத்து ஆதிக்கம் செலுத்தும் வர்க்கப் பிரிவினராகப் பிற்காலத்தில் தலையெடுத்தனர் என்று தெரிகிறது. வர்ணாஸ்ரம தர்மத்தை வேதங்கள் திணித்தது என்றாலும் இன்றும் சுரண்டும் வர்க்கங்கள் சொத்துக் குவிப்பை லகுவாக்கப் பேணுகிற கோட்பாடாக அது நீடிக்கிறது.

சாதி ஏற்றத்தாழ்வு மறுப்பு, வேத மறுப்பு, ஆதிக்க மறுப்புக் கருத்துக்கள், அறிவியலை உருவாக்கும் தத்துவச் சர்ச்சைகள் அனைத்தும் வேந்தர்களால் ராஜதுரோகமாகக் கருதப்பட்டன. தத்துவஞானிகளோ, இல்லறம், துறவறம், மறு பிறவி, தலைவிதி இவைகளைச் சுற்றியே விவாதித்து அன்றைய அரசியலமைப்பைப் பேணினர். இயற்கையின் நிகழ்வுகள் கடவுளின் திருவிளையாடல்கள் அல்ல என்று மறுப்போர் அதிகார அமைப்பாக இருந்த சனாதன

வாதிகளால் வேட்டையாடப்பட்டனர். அறிவியலுக்கு இட்டுச்செல்லும் வரலாற்று வேர் அறுபட்டுப் போனது. முன்னோர்கள் காட்டிய வழியே பாதுகாப்பானது என்ற பார்வை, தம்மினும் தம் மக்கள் அறிவுடைமை மன்னுயிர்க்கெல்லாம் இனிது என்ற பார்வையை மங்க வைத்தது.

மக்களின் அனுபவத்தால் வளர்ந்த தொழில்நுட்பங்களும் வேத மந்திரங்களின் விளைவு என்று விளக்கம் பெற்றன. தாதுவிலிருந்து உலோகங்களைப் பிரிப்பதுகூட வேத மந்திரத்தின் ஆற்றல் என்ற மூடநம்பிக்கையின் பகுதியானது. அரசுகள் மாறினாலும் அறிவியல் வளர வாய்ப்பில்லாமல் போய்விட்டது. தாய்மண்ணையும், மக்களையும் நேசிப்பதைவிட ராஜவிசுவாசம் புனிதமானது என்ற கருத்து மக்கள் மனதிலிருந்த சடங்குகளும், சம்பிரதாயங்களும், நெறிமுறைகளும் மனுதர்மக் கோட்பாட்டின்படி உருவாக்கப்பட்டது. நிலம், நீர், காற்று அனைத்தும் மன்னருக்குச் சொந்தமானது என்ற உணர்வு மக்கள் மனதில் பதிந்தது.

பின்னர், மொகலாயர்களும் அரசாங்க நெறிமுறைகளை அதே பாணியில் சில மாற்றங்களுடன் நடைமுறைப்படுத்தினர். மக்களை ராஜவிசுவாசத்தோடு இருத்திவைக்க, பட்டங்கள், பதவிகள், சலுகைகள் உருவாக்கப்பட்டன. இதன் மூலம் பொதுமக்களின் எதிர்ப்பைச் சிதறடிக்க முடிந்தது.

உடலுழைப்பையும் கருத்துழைப்பையும் தரம்வாரிப் பிரித்து வைப்பது முதலாளித்துவ உற்பத்தி முறையின் அரசியல் பொருளாதாரக் கோட்பாடாகும். எனவே சாதிகள் ஒழிய உருவானதாகக் கூறப்படும் சித்தாந்தம் இந்த அரசியல் பொருளாதாரக் கோட்பாட்டைத் தாண்டிப் பார்க்க மறுத்ததால் சாதி ஒழிப்பில் தோற்றது என்பது விளக்காமலே புரியும்.

❑

4

விக்டோரியா மஹாராணியும் புனையப்படும் இந்திய மரபுகளும்

வரலாற்றுப் பேராசிரியர்களான எரிக் ஹாப்ஸ்வான் மற்றும் டெரன்ஸ்ரேஞ்சர் இருவரும் மரபுகளைப் புனைதல் (இன்வென்ஷன் ஆஃப் டிரெடிஷன்) என்ற தலைப்பில் தொகுத்த கட்டுரைகள், இன்றைய இந்திய அரசியலில் இந்துத்வா முதல் இனமான சித்தாந்தம் வரை புகுத்தும் மரபுகளின் நோக்கங்களை அடையாளம் காண உதவுகிறது. மரபுகளைப் புனைதல் என்பது இரண்டு வகையானது. முரண்படும் நோக்கங்களை கொண்டது. இவற்றைப் புரிந்துகொள்ள அந்த நூல் உதவுகின்றன. பழைமைக்கும் பழைமையான மரபு என்று கூறி மக்களை உளரீதியாகத் தயாரித்து சமூக மாற்றத்தைத் தடுப்பது ஒரு வகை ஆகும். இந்த மரபுப் பேணல் பழைய சடங்குகள், சம்பிரதாயங்கள் படாடோபங்கள் ஆகியவற்றைக் கொண்டது. இது நவீன சுரண்டும் வர்க்க உத்திகளில் ஒன்றாகும். உழைக்கும் வர்க்கக் கூட்டுணர்வைச் சிதறடிக்கும் ஆற்றல் இந்த உத்திகளுக்கு உண்டு. உண்மையில் இது பழைமை அல்ல. அண்மைக் கால வரலாற்றுச் சம்பிரதாயங்களே என்பதை வரலாறு காட்டுகிறது.

இன்னொரு வகை - பிரெஞ்சுப் புரட்சி. சோவியத் புரட்சி ஆகியவற்றை அடிப்படையாகக்கொண்ட மரபுப் புனைவுகள். இந்த இரண்டு புனைவுகளும் மானுடத் தன்மை என்பது ஒரு வரலாற்று ஆக்கம் என்பதை உணர்த்துகின்றன. எனவே, மரபுப் புனைவுகளின் நோக்கத்தையும் விளைவுகளையும் வைத்து மதிப்பீடு செய்ய வேண்டுமே தவிர, அதை நிராகரிக்க இயலாது. மரபுப் புனைதலில் மக்களின் கூட்டுணர்வாக ஒன்றை ஆக்குவதற்காகப் பின்பற்றப்படும் சடங்குகள், சம்பிரதாயங்கள், விழாக்கள், சேர்ந்திசைத்தல் ஆகியவை அடங்கும்.

அரசியலில் சில வகை மரபுப் புனைவுகள் மூலம் ஆட்சியை நீடிக்க முடியும் என்பதை முதலில் கண்டுபிடித்தவர்கள், விக்டோரியா மஹாராணிக்கு ஆலோசனை வழங்கிய, இந்தியாவில் பணிபுரிந்த பிரிட்டிஷ் அதிகாரிகளே. 1857-58 சிப்பாய் எழுச்சிக்குப் பிறகு

விக்டோரியா மஹாராணி பிறப்பித்த இந்திய அரசாங்கச் சட்டமும், ராணியின் அறிவிப்பும் பிரிட்டிஷ் ஆட்சியை நீட்டிக்கச் செய்தன என்பதை அறிவோம். ஆனால், அதன் அடிப்படை இந்திய மரபுகளைப் பேணப் போவதாகக் கூறி அறிவித்த நடைமுறைகள், சுரண்டும் வர்க்க மரபுப் புனைதலுக்கு முன்னோடியாக இருந்தன என்பது பலர் கண்ணில் படாத ஒன்று. அந்த வரலாற்று விவரம் இந்திய அரசியல் கட்சிகளின் மரபுப் புனைவுகளின் நோக்கம் மற்றும் விளைவுகளை மதிப்பீடு செய்ய நமக்கு உதவுகிறது. ஏன் இந்துத்வா அரசியல் இந்து மதச் சடங்குகளைப் புதுப்பிப்பதில் கவனம் செலுத்துகிறது. வட்டாரக் கட்சிகளின் சாதி மோதல் மரபுப் புனைவுகளின் நோக்கமென்ன என்பதை அறிய முடியும்.

எரிக் ஹாப்சஸ்வான் தொகுத்த நூலில் சிக்காகோ பல்கலைக்கழகப் பேராசிரியர் பெர்னார்டு.எஸ்.கோஹ்ன் எழுதிய கட்டுரையில் உள்ள தகவல்கள், ஒரு குறிப்பிட்ட மரபுப் புனைதலின் வர்க்கத் தன்மையை மதிப்பிட நமக்கு உதவுகின்றன. இந்தியாவில் காலனி ஆதிக்கத்தை நீடிக்க விக்டோரியா மஹாராணி புகுத்திய மரபுப் பேணல்களை விரிவாக விளக்குகின்றன.

இந்தியாவைக் கைப்பற்ற பிரிட்டனைச் சார்ந்த கிழக்கிந்திய கம்பெனிக்கும் பிரான்ஸ் நாட்டைச் சார்ந்த கிழக்கிந்திய கம்பெனிக்கும் இடையே நடந்த மோதலில் பிரிட்டிஷ் நிறுவனம் வென்று போட்டியைத் தவிர்த்தது. அடுத்து, வங்காள நாவாபை 1757இல் வென்றது. 1764இல் மொகலாய மன்னர், 1799இல் திப்பு, 1803இல் மாரட்டிய மன்னர் ஆகியோரைத் தோற்கடித்தது, அரசியலதிகாரத்தை வென்று வரிவசூலை நிர்ணயிக்கும் உரிமையைப் பெற்றது. ஆனால், ஏராளமான எதிர்ப்புகளைச் சந்திக்க நேரிட்டதால் வரவைவிட செலவும் கூடியது. அதிகாரம் செல்லுபடி ஆகாமல் போகும் என்பதை சிப்பாய்களின் எழுச்சி உணர்த்தியது. 1858 நவம்பர் 8 அன்று விக்டோரியா மஹாராணி கொண்டுவந்த சட்டம் இந்திய மரபுப் பேணல் என்று சில மரபுகளை புனைந்து புகுத்தியது. பிரிட்டிஷ் அரசிற்கு இந்தியா சொந்தமானது என்பதை ஏற்றுக்கொள்கிற பழைய நவாப்களுக்கும், இந்திய மன்னர்களுக்கும் அதிகாரமும் அரசு மரியாதையும் மொகலாயர் காலத்துப் பட்டங்களும் படாடோபங்களும் பெற வசதி செய்தது. அந்த வகையில் பதவி இழந்த புதுக்கோட்டை ராஜா மீண்டும் மன்னரானார். ஆனால் ராமநாதபுரம் ராஜவம்சத்திற்கு அந்த உரிமை மறுக்கப்பட்டது. திப்புவின் வாரிசுக்கு உரிமை மறுக்கப்பட்ட உடையார் வம்சம்

ராஜாவாகும் உரிமை பெற்றது. இந்தச் சட்டம் வந்தவுடன் அன்றைய வைஸ்ராய் கானிங் இந்தியா முழுவதும் சுற்றி மொகலாய நவாபுகள் வழங்கிய பட்டங்களை ராஜவிசுவாசிகளுக்கு வழங்கி கௌரவித்தார். மொகலாய மன்னர்களுக்கும், இந்து மன்னர்களுக்கும் மக்கள் விசுவாசமாக இருப்பதற்குக் காரணம் அவர்கள் பின்பற்றும் சடங்குகள், படாடோபங்கள், பந்தாக்கள், பரிவாரப் பவனிகள் என்பதாகக் கருதி மரபுப்பேணலை புனைந்தனர். அதாவது, பிரிட்டிஷ் ஆட்சியாளர்கள் பண்பாட்டில் இந்தியர்களாக ஆக முயற்சித்தனர். வில்லியம் டால்ரிம்பில் எழுதிய 'கடைசி மொகல்' என்ற நூல் வெள்ளை அதிகாரிகள் காட்டிய பந்தாக்களையும் பரிவாரப் பவனிகளையும், பராமரித்த அந்தப்புரங்களையும் பற்றிய தகவல்களின் பெட்டகம் எனலாம்.

அதேவேளையில் அந்த சட்டம் உழைப்பாளி மக்களும் மற்றும் ராணுவமும் எஜமான விசுவாசத்தோடும் பணிவோடும் நீடிக்க, பரிசுகளும் தவறினால் தண்டனைகளும், சல்யூட் அல்லது சலாம் அல்லது நமஸ்காரம் செய்யும் முறைகளும் தவறினால் தண்டனைகளும் நடைமுறைகளும் வகுத்தது. இந்த சல்யூட் முறை இன்று வரை நீடிப்பதைக் காணலாம். குழந்தைப் பருவத்திலேயே ராஜவிசுவாச மன அமைப்பை உருவாக்க பள்ளிகளிலும் பொது நிகழ்வு முடிவிலும் பாட ராஜகீதம் உருவாக்கினர். பாட மறுத்தாலோ, அவமதித்தாலோ தண்டனை வழங்க விதிகள் கண்டனர். அதிகாரம் படைத்த சில பதவிகளை பரம்பரை உரிமை ஆக்கினர்.

டல்ஹௌவுசி பறித்த தத்தெடுக்கும் உரிமையை மீண்டும் வழங்கினர். பிரிட்டிஷ் அரசு வரி வசூலை மன்னர்கள் சமஸ்தானங்கள் மூலம் உத்தரவாதப்படுத்த அவர்களை அங்கிகரித்து தர்பார் மூலம் கௌரவித்தனர். மறுபுறம் அவர்ளைக் கண்காணிக்க அதிகார வர்க்க அமைப்பை உருவாக்கினர். இதனால் மக்களை ஆட்டுமந்தைகளாக கருதி நடத்த உள்ளூர்த் துறைகளும் உருவாக்கினர். நவீன நாட்டுப் பற்று உணர்வை மழுங்கடிக்கும் ராஜவிசுவாசத்தை அல்லது எஜமான விசுவாசப் பண்பை பிரதிபலிக்கிற சடங்குகள், சம்பிரதாயங்கள் இவைகளையும் திணித்தனர்.

இந்தியப் பாரம்பரியம் என்று மொகலாயர்கள் காலத்து தர்பார் சடங்குளையும் பழங்கால மன்னர்கள் காலத்து சோதிடம் கூறும் பிராமணர்களை நிர்வாக ஆலோசகனாக நியமிக்கும் நடைமுறையையும் அவர்களது நடை, உடை, பாவனைகளையும் புனைந்து திணித்தனர். மனு சாஸ்திரத்தையும், அர்த்த சாஸ்திரம்,

பகவத் கீதை ஆகிய ஆவணங்ளையும் தூசி தட்டிப் படித்து வேதங்களை நம்பிய மன்னர்கள் காலத்து நடைமுறைகளையும் அதிகார அமைப்பின் நடைமுறை ஆக்கினர். இதன் விளைவாக ஒரு முரண்பாடு உருவானது. வெள்ளை நிர்வாகிகள்முன் முழங்காலிட்டு நிற்பது மட்டுமல்ல, ஒரு பிராமண தாசில்தார்முன் ஒரு குட்டி ஜமீன்தார், குறுநில மன்னர்கள் மற்றும் வர்த்தகர்கள், வட்டிக்கு விடும் உரிமைபெற்ற சாதியினர் சாஷ்டாங்க நமஸ்காரம் செய்யாமல் ஆடம்பரமாக வாழ முடியாது என்ற நிலை வந்தது.

சுருக்கமாக 1858ஆம் வருட இந்திய அரசாங்கச் சட்டம் வல்லமை மிக்க அதிகார வர்க்க அமைப்பை உருவாக்கியது. அதில் பிராமண ஆதிக்கம் மேலோங்கியிருந்தது. இந்த அதிகார அமைப்பே இந்திய மக்களின் வெறுப்பை பிரிட்டிஷ் ஆட்சிக்கு சம்பாதித்துக் கொடுத்தது. உலக அரசியலில் ஏற்பட்ட மாற்றங்களால் விடுதலைக்கான போராட்டமும் பழைமைவாத கருத்துக்களுக்கு எதிரான போராட்டங்களும் வீறுகொண்டு எழுந்தன. அது சாதி மறுப்பாகவும் பிராமண எதிர்ப்பாகவும் பரிணமித்தன.

❑

5

இன ஆணவ சித்தாந்தம் தோன்றிய வரலாறு

மானுடத்தை இனவாரியாகப் பிரிக்கும் கோட்பாட்டை எந்த உயிரியல் ஆய்வாளர்களும் உருவாக்கவில்லை. அவர்களின் கண்டுபிடிப்புகளை வைத்து சில மேலை நாடுகளின் சமூகவியலாளர்களும் தத்துவவாதிகளும் அரசியல் நிபுணர்களும் உருவாக்கிய சித்தாந்தம் ஆகும், அது பற்றி சுருக்கமாக அறிவது அவசியம். இரண்டாம் உலகப்போர் பற்றி பல விவரங்கள் பாடங்களிலே உள்ளன. இருந்தாலும் இன அடிப்படையில் மானுடத்தை பிரித்துப் பார்க்கும் கோட்பாடு பெரும்திரளாக மக்களைக் கொல்லும் அரசியலானது என்பதை தெளிவாக அந்தப் பாடங்கள் சொல்லாது. ஹிட்லர்மீது குற்றத்தைச் சுமத்தி அவனை இனவெறியனாக்கி கோட்பாட்டைப் பூசி மெழுகிவிடும். இனவாரியாகப் பிரிக்கும் கோட்பாட்டின் வரலாறு நமக்கு சொல்வதென்ன?. 19ஆம் நூற்றாண்டில் கறுப்பு நிற மக்களை அடிமைப்படுத்தவும் ஆசிய, ஆப்பிரிக்க நாடுகளை அடிமைப்படுத்தவும் இந்தப் போலி அறிவியல் கோட்பாட்டை ஐரோப்பிய மற்றும் அமெரிக்க சமூகவியலாளர்கள் உருவாக்கினர். இந்தக் கோட்பாட்டை நிரூபிக்க இயுஜெனிக்ஸ் என்ற மனித உடல் உளம் சார்ந்த ஆராய்ச்சித் துறையைக் கண்டனர். இதற்கு அழகான, புத்திக்கூர்மையுள்ள சந்ததிகளைப் பெறுவதற்கான ஆய்வு என்று விளக்கம் கொடுத்தனர். அமெரிக்கா, பிரிட்டன் மற்றும் ஐரோப்பிய சமூக ஆய்வாளர்களின் அந்த முடிவுகளே 20ஆம் நூற்றாண்டில் ஹிட்லரின் இனவெறி அரசியலுக்கு அடித்தளமிட்டது என்பதை வரலாறு காட்டுகிறது.

19ஆம் நூற்றாண்டில் பிரெஞ்சு நாட்டைச் சார்ந்த ஜீன் பாபிட்சே லமார்க் பிரிட்டன் நாட்டு டார்வின் மற்றும் ஆல்ஃபிரெட் ரசல், வாலெஸ் போன்றோர் அலைந்து தேடிய ஆய்வுகளால் ஜீவ ராசிகளின் பரிணாம வளர்ச்சி மற்றும் இயற்கை தேர்வு செய்யும் உயிரினங்கள் பற்றிய கோட்பாடுகள் உருவாயின. இந்த ஆய்வுகளில் குறிப்பாக இயற்கையின் தேர்வு (Natural Selection) என்ற கோட்பாட்டை டார்வின் முன்மொழிந்தார். இதன் மூலம் சில உயிரினங்கள் அழிந்துபோனதற்கான காரணங்களை விளக்க

முயன்றார். டார்வின் முன்மொழிந்த கோட்பாட்டை ஹெர்பர்ட் ஸ்பென்சர் என்ற சமூகவியலாளர் மானுடத்திற்குப் பொருத்தி மானுடர்களையும் இனங்களாகப் பிரித்து வாழத் தகுதி உள்ள மானுடம், வாழத் தகுதியற்ற மானுடம் என்ற விளக்கத்தைக் கொடுத்தார். வாழத் தகுதியற்ற மானுட இனங்களை இனவிருத்தி ஆகாமல் பார்த்துக்கொள்வதா? கால்நடைகள்போல் பேணுவதா என்ற சர்ச்சையில் அரசியல் நிபுணர்கள் இறங்கினர்.

இவரைத் தொடர்ந்து ஜார்ஜ் வாச்சர் டே லாபவுஜ் (பிரான்ஸ்), மேடிசன் கிரானண்ட் (அமெரிக்கா), வில்லியம் இசட் ரிப்பிலி (பிரிட்டன்) போன்றவர்கள் மானுடத்தை இனவாரியாகப் பிரிக்க மண்டை ஓட்டின் அமைப்பை அளவுகோலாக்கினர். அத்துடன் புத்திக்கூர்மையைக் கணக்கிடும் ஒரு கோட்பாட்டையும் உருவாக்கினர். அதன்படி மூளைக்குக் கவசமாக இருக்கும் மண்டை ஓட்டுக்கும் புத்திக்கூர்மைக்கும் தொடர்பு இருப்பதாகக் கணக்கிட்டு செஃபாலிக் இன்டெக்ஸ் என்ற சூத்திரத்தையும் உருவாக்கினர். ஐரோப்பாவில் மூன்றுவித மானுட இனங்கள் இருப்பதாக அறிவித்தனர். அமெரிக்க ஆய்வாளர் மேடிசன் கிராண்ட் என்பவர் செஃபாலி இன்டெக்ஸ்படி வெள்ளையர்களே உலக நாகரிகத்தை உருவாக்கும் புத்திக்கூர்மை படைத்த இனம் என்ற கோட்பாட்டை உருவாக்கி ஆரிய இன ஆணவப் பார்வைக்கு வித்திட்டார். ஹிட்லர் ஒருபடி மேலே போய் மானுடம் தூய்மையான, புத்திக்கூர்மையுள்ள, அழகான இனமாக உருவாக மட்டரக யூத மற்றும் ஆரிய இனமல்லாத இனங்களைக் களையெடுக்க வேண்டுமென முடிவு செய்தான். அதன் விளைவை உலகம் அறியும். இது உலக வரலாறு கூறும் உண்மையாகும்.

இன்றும் மானுடத்தை இன அடிப்படையில் வகுத்துப் பார்க்கும் ஆய்வு ஓர் அரசியல் குண்டாக வெடிக்கும் ஆபத்தோடு தொடர்கிறது. முதலில் 1960களில் ஆய்வாளர்கள் ஹோமியோ சாப்பியன் என்ற மானுடமே ஆப்பிரிக்காவில் தோன்றி உலகெங்கும் பரவியதாக உலகெங்கிலும் புதைந்து கிடக்கும் எலும்புகளை வைத்து முடிவிற்கு வந்தனர். மரபணு ஆய்வு வந்த பிறகு ஐரோப்பாவிலும் ரஷ்யாவிலும் அகழ்வராய்ச்சியில் கிடைத்த புதிய தடயங்களை வைத்து புதிய விளக்கம் தருகின்றனர். அதன்படி மூன்று வகை குரங்கு இனங்கள் மானுடமாக மாறியதாகவும் இவற்றில் இரண்டு அழிந்து விட்டதாகவும் ஹோமியோ சாப்பியன் மட்டும் மிஞ்சியதாகவும் மரபணு நிபுணர்கள் கூறுகிறார்கள்.

வேறு சில ஆய்வாளர்கள் இந்த மூன்றின் மரபணுக்கள் கலந்தே இன்றைய மானுடம் உள்ளது என்று சுட்டிக்காட்டுகிறார்கள். சமூகவியலாளர்களும் அரசியல் நிபுணர்களும் இதை சர்ச்சைக்குரிய பொருளாக உருட்டி வருகின்றனர். வெள்ளையர்கள் ஹோமோ சாப்பியன்கள் அல்லர். அவர்கள் நியாண்டடர்தால் என்ற மூளையும் உடல் அமைப்பும் கொண்ட ஆற்றல் மிகுந்த இனம் என்கின்றனர். அதனை மட்டரக ஹோமியோ சாப்பியன்கள் அழித்து விட்டனர் என்ற கதையை கட்டவிழ்த்து விடுகின்றனர். இதன்மூலம் வெள்ளையர்களே உலகை ஆளப் பிறந்தவர்கள் என்ற இன ஆணவத்தை மக்கள் மத்தியில் மீண்டும் விதைக்க முயற்சிக்கின்றனர்.

அதேவேளையில் ஆய்வு முடிவுகளை அரசியலாக்கும் முயற்சிக்கு எதிராக மானுடம் ஒன்றே என்ற கோட்பாட்டை வலியுறுத்தும் அறிவியல் பார்வை கொண்டவர்கள் ஐரோப்பாவிலும் அமெரிக்காவிலும் போராடுகிறார்கள் என்பதைக் கவனிக்க தவறக் கூடாது. இரண்டாம் உலகப் போருக்குப்பின் உருவான ஐக்கிய நாடுகள் சபை இனச்சார்பு அரசியலின் ஆபத்தை சுட்டிக்காட்டுகிறது. எப்போதெல்லாம் புதிய உயிரியல் கண்டுபிடிப்பு அறிவிக்கப்படுகிறதோ, அப்போதெல்லாம் அதனை இனச் சார்பு அரசியலாக்கும் முயற்சிக்கு எதிராக யுனஸ்கோ மூலம் ஐ.நா.சபை எச்சரிப்பதைக் காணலாம். 1950, 1951, 1964, 1967ஆம் ஆண்டுகளில் உயிரியல் இன ஆய்வுகளை அரசியலாக்கும் போக்குகளை விளக்கி யுனஸ்கோ அறிக்கைகளை வெளியிட்டுள்ளது. வரலாற்றுரீதியாக எப்போது இனவாத அரசியல் தோன்றியதோ, அப்போதே அதற்கு எதிரான சித்தாந்தப் போர் தொடங்கிவிட்டது என்பதை கவனிக்கத் தவறக் கூடாது.

❑

6

திராவிட இனமான அரசியலின் தோற்றுவாய்

1857ல் இந்திய சிப்பாய்களின் எழுச்சியால் பிரிட்டிஷ் ஆட்சியின் எதிர்காலம் கேள்விக்குறியானது. மரபுகளைப் புனைவது தவிர பிளவுபடுத்தி ஆள்வது என்ற கொள்கைக்கு புதிய உத்திகள் தேவைப்பட்டன. அன்று ஐரோப்பாவை கலக்கிவந்த இனவாரிக் கோட்பாடு உதவும் என்று கருதி பிரிட்டிஷ் அரசு அதனை கொள்கையாக ஏற்றுக்கொண்டது. மக்கள்தொகை கணக்கெடுப்பு மூலம் இந்திய மக்களை இனவாரியாகப் பிரித்துக் கணக்கிட முடிவு செய்தனர். இதன் மூலம் செஃபாலி இன்டெக்ஸை வைத்து புத்திக்கூர்மையுள்ள இனத்தை இந்தியாவில் இனம் கண்டு அதனை ஆட்சிக்கு ஆதரவாக வைப்பது; மற்ற இனங்களை அடிமைகளாக்கி, ஆட்சியைத் தொடர்வது என்ற திட்டம் அமலுக்கு வந்தது. ராணுவத்திற்கும் அரசுப் பதவிகளுக்கும் ஆள் எடுப்பதற்கும் பதவி உயர்வு அளிப்பதற்கும் செஃபாலி இன்டெக்ஸ் அடிப்படையானது. இதை வைத்து குற்றப் பரம்பரை என்று ஒரு பகுதி மக்களை ஒடுக்கியது. 1871ஆம் ஆண்டு கிரிமினல் டிரைப்ஸ் ஆக்ட் (குற்றப் பரம்பரை சட்டம்) கொண்டு வந்தது. பிராமணர்களை ஆரிய இனமாக உயர்த்தி உயர் பதவிகள் வழங்கியது. மற்றவர்களை திராவிடர் இனமாக முத்திரை குத்தியது. மட்டரக இனப்பட்டியலிலே வைத்து உயர் பதவிகளை மறுத்தது. இந்த இன ஆணவத்திற்கு எதிராக, இனமான உணர்வு எழுவது மானுட இயல்பு. சில ஆய்வாளர்கள் திராவிடர் இனமும் ஆரிய இனம்போல் உயர்வானது என்பதை வலியுறுத்த முனைந்தனர்.

பிரிட்டிஷ் அரசின் இன ஆணவக் கோட்பாடு சில ஆய்வாளர்களால் அன்றே கேள்விக்குறியானது. 1899ஆம் ஆண்டு ‘சயின்ஸ்’ என்ற ஆங்கில இதழ் ‘ரஸ்ஸெல்’ என்ற மானுடவியல் ஆய்வாளர் எழுதிய மனிதகுல வரலாறு என்று நூலின் சுருக்கத்தை வெளியிட்டுள்ளது. அவர் இந்தியாவைப் பற்றி எழுதியதை கீழ்க்கண்டவாறு குறிப்பிடுகிறது.

இந்திய வட்டாரத்திற்குள் இனங்கள், ஆக்கிரமிப்பாளர்களால் உடைத்து தூளாக்கப்பட்டு உருட்டப்பட்டுவிட்டன. திராவிடர் இன

வருகைக்கு முன்னரே நீக்ரோயிட் இனம் இங்கே வந்தது என்பதில் ஐயமில்லை. அவர்களின் உடலமைப்பு, சமூகப் பொருளாதாரச் சூழல் காரணமாக குறுகியது. இந்த நீக்ரோயிடு இனத்தைத் தொடர்ந்து திராவிடர் இனம் வந்தது. மலாய் இனம், அடுத்து நுழைந்தது. ஆஸ்திரேலிய இனம் நுழைய முடியவில்லை. அடுத்தடுத்து ஆரிய இனமும் மங்கோலிய இனமும் நுழைந்தது. இன்று இந்த இனங்கள் கலந்துகட்டிய மக்களாக உள்ளனர். ரஸ்ஸெலின் ஆய்வுப்படி இந்திய மக்களை இனவாரியாகப் பிரிப்பது அரசியலே தவிர, அறிவியல் அல்ல என்பதைக் காட்டியது.

ரஸ்ஸெல் முன்மொழிந்த விளக்கத்தைத் தொடர்ந்து ஆய்வாளர்கள் இந்திய மக்கள் பல இனங்களின் கலவை என்று ஏற்றுக்கொண்டனர். ஆனால், எந்தெந்த இனங்களின் கலவை என்பது ஆய்வாளர்களின் சர்ச்சையானது. இந்த சர்ச்சை இந்திய மக்களை ஆரிய இனம், திராவிடர் இனம் எனப் பிரிக்க இயலாது என்பதைக் காட்டியது. இனவாரிப் பாகுபாடு சர்ச்சை ஐரோப்பாவையும் அமெரிக்காவையும் உலுக்கிக் கொண்டிருந்தபோது, 1939ல் மனித குல வரலாறு எழுதிய அமெரிக்க ஆய்வாளர் கார்லெட்டன் எஸ். கூன், 'ஐரோப்பிய இனங்கள்' என்ற புத்தகத்தில் திராவிடர்களை காக்கஸ் மலையிலிருந்த காக்கசாயிட் இன மக்கள் என்று வகைப்படுத்தினார். காக்கஸ் மலை ஐரோப்பாவையும் மத்திய ஆசியாவையும் இணைக்கிற மலை ஆகும்.

அதாவது, ஐரோப்பிய ஆய்வாளர்கள் ஆரிய மாயையை உருவாக்கினர். அமெரிக்க ஆய்வாளர் திராவிடர் மாயையை உருவாக்கினார் எனலாம். மானுட இனம் பற்றிய ஆய்வுகள் 21ஆம் நூற்றாண்டில் வேறு வகையில் அரசியல் முக்கியத்துவம் பெற்றுவிட்டது எனலாம். அதில் இந்திய மக்கள் முக்கியத்துவம் பெறுகிறார்கள். ஹிட்லரின் இனத் தூய்மை அரசியல்ரீதியாக ஆபத்தானது என்பதை உலகம் அறியும். ஆனால் இனத்தூய்மை மனித குலத்திற்கே ஆபத்தானது என்பதை இப்போதைய ஆய்வுகள் கூறுகின்றன. அதாவது, இனத்தூய்மை மானுட உடல் மற்றும் மன ஆரோக்கியத்திற்குக் கெடுதலை உருவாக்குகிறது என்கின்றனர். 'நேச்சர்' என்ற ஆங்கில இதழ் 2009இல் வெளியிட்டசெய்தி இதனை விளக்கும்.

இந்திய மக்களின் மரபணு வேற்றுமைகள் குறைவாக இருப்பதைக் கள ஆய்வு காட்டுகிறது. 25 வேறுபட்ட குழுக்களை சோதித்தபொழுது இன்றைய வடபகுதி மக்களிடம் மத்திய கிழக்கு, மத்திய ஆசியா, ஐரோப்பிய மூதாதையர்களின் மரபணுக் கலவையாக உள்ளது. தென்

பகுதி மக்கள் கிழக்காசிய மூதாதையர்களின் மரபணுவோடு நெருக்கமாக உள்ளனர் என்பது சரியல்ல. வடபகுதி மூதாதையர்களின் மரபணு தென்பகுதியிலும் காணப்படுகிறது. அந்தமான் தீவில் இருக்கும் ஆதிவாசிகளே கிழக்காசிய மூதாதையர்களின் மரபணுவோடு இசைவாக உள்ளனர். சாதி அமைப்பால் அகமண முறை நிலவுவதால் ஐரோப்பியர்களைவிட மரபணுக்களின் சாயல் வேறுபாடுகள் அதிகம் உள்ளன. இது பரம்பரை வியாதிகளை உருவாக்கும் போக்கை அதிகப்படுத்தும் என்று எச்சரிக்கிறோம் என்று அந்த ஆய்வு கூறுகிறது.

இந்த ஆய்வுகள் ஓர் உண்மையை நமக்கு உணர்த்துகின்றன. உண்மையில் பார்ப்பனர்கள் வர்ணாஸ்ரம தர்மம் உருவாக்கிய சுரண்டும் வர்க்கக் கூறுகளைக்கொண்ட சாதிப் பிரிவினர் ஆவர். வர்ணாஸ்ரம தர்மத்தை அன்றைய பிரிட்டிஷ் அரசு ஏற்றது. உண்மையில் பார்ப்பனர்கள் ஆரிய இனம் என்றால், அவர்களின் சமஸ்கிருதம் செத்த மொழிப் பட்டியலில் இடம்பெற்று இருக்காது. இருந்தாலும் தனது ஆட்சி நீடிக்க பிரிட்டிஷ் அரசு வடவர்களை ஆரிய இனம் என்றும் தென்னவர்களை திராவிடர் இனமென்றும் கூறுபோடுவதை அவசியம் என்று கருதியது. மக்கள் தொகைக் கணக்கெடுப்பில் இனவாரிக் கோட்பாட்டை கடைசிவரை கைவிடவில்லை. விடுதலைக்குப் பிறகே இந்த வகைக் கணக்கெடுப்பு கைவிடப்பட்டது.

மரபணு கண்டுபிடிப்பிற்குப்பின் ஆய்வாளர்கள் கூறுவது, இந்தியாவில் வடவர்களை ஆரிய இனமென்றும் தென்னவர்களை திராவிடர் இனமென்றும் பிரிக்க இயலாது என்பதாகும்.

பிரிட்டிஷ் ஆட்சியாளர்களின் இன ஆணவப் போக்கைக் கண்டிக்கும் தெளிவோடு திராவிடர் இயக்கம் இனமானக் கோட்பாட்டை உருவாக்கவில்லை என்பதைக் காண பூதக்கண்ணாடி தேவையில்லை. அதிகார மையத்தில் பிரிட்டிஷ் அரசின் தயவில்தான் பிராமண ஆதிக்கம் இருந்தது என்ற உண்மையை மக்களிடம் திராவிடர் இயக்கம் மறைத்தது. பிராமணர்களுக்குக் கொடுக்கும் சலுகைகளைத் தங்களுக்கும் கேட்டே நீதிக் கட்சி பிறந்தது. உண்மையில் பெரியாரின் மன மாற்றத்தால் உருவான சுயமரியாதை இயக்கமே பிரிட்டிஷ் இன ஆணவத்தையும், பிராமண ஆதிக்கத்தையும் இணைத்தே எதிர்த்துப் போராடியது. சாதி ஒழிப்பிற்கு சாதிமறுப்புத் திருமணத்தை இயக்கமாக்கி இந்தியாவிற்கே வழிகாட்டியது.

❑

7

இனமான அரசியல் சித்தாந்தம்

ஓர் இயக்கத்தின் சித்தாந்த அடிப்படையே அதன் நடைமுறைக்கு வழிகாட்டுகிறது என்பதை யாரும் மறுக்க இயலாது. நீதிக்கட்சி அணுகுமுறையோடு சுயமரியாதை இயக்கத்தின் இலக்குகளை இணைப்பது தி.மு.க.வின் அரசியல்நெறி என்பதை அண்ணாவின் கூற்று நமக்குக் காட்டுகிறது. இந்த நடைமுறைக்கு தி.மு.க. தலைவர்கள் தேர்வு செய்தது இனமான அரசியல் சித்தாந்தமாகும். பிரிட்டிஷ் ஆட்சிக் காலத்திலேயே இந்த இனமான சித்தாந்தத்தை பெரியாரும் அண்ணாவும் இணைந்து சமூகச் சீர்திருத்த இயக்கமாக திராவிடர் கழகத்தை உருவாக்கியபொழுதே முன்மொழிந்து விட்டனர்.

"திராவிடத் திருநாட்டினிலே ஆரிய அரசா? அதற்குப் பார்ப்பன முரசா?" என்று கேட்டனர். சர்க்கார் சனாதனத்துக்கு இடந்தரும் போக்கைச் சாடினர். பெரியாரே இப்பெரும் படைக்குகந்த தலைவர் என்று தேர்ந்தெடுத்தனர் என்று அண்ணாதுரை குறிப்பிட்டு 1940களிலேயே இனமான அரசியலுக்கு விதை ஊன்றினார்.

இன்று இனமான சித்தாந்தத்தைப் பழைய ஆரிய திராவிடப் பகைமையைக் காட்டி நிறுவ இயலாது. எனவே, தமிழனைச் சுற்றி ஆபத்து சூழ்ந்துள்ளது. தமிழ் மொழியை அழித்தொழிக்க இந்தித் திணிப்பின் மூலம் ஆரிய இனத்தவர் சதி செய்கின்றனர் என்று இனமான சித்தாந்தப் பிடிப்பை நிறுவுகின்றனர் (ஆங்கில மோகமும் தமிழுக்கு ஆபத்து என்பதைப் பார்க்க மறுக்கின்றனர்). எனினும் திராவிடர் இனமான அரசியல் பல கட்சிகளாகச் சிதறிக் கிடந்தாலும் அவை அனைத்தும் இதில் ஒத்த கருத்துடன் இருப்பதைக் காணலாம்.

இந்த இனமான சித்தாந்தம் மக்களிடையே எப்போது பரவியது? இனக்கோட்பாடு ஏன் சாதி உணர்வை அகற்றவில்லை? ஊழல் அரசியலுக்குப் பயன்படுவது எப்படி? பொதுவாக அறிவியல் ஆய்வுகளைக் கீழ்த்தரமான அரசியலுக்கு எப்படிப் பயன்படுத்த முடிகிறது? இக்கேள்விகளுக்கான அறிவியல் விடைகளைத் தேடுவதே நமது நோக்கம். இன்றைய திராவிடர் இயக்கங்கள் பழைய பாணியில் பார்ப்பன எதிர்ப்பு அரசியல் எடுபடாது என்பதை உணர்ந்து தமிழனுக்கு எட்டுத் திக்கிலும் பகைமை சூழ்ந்துள்ளது. தமிழன் பண்பாட்டைப் பேணுவது என்ற இரண்டை வைத்து அரசியல் பண்ணுவதைக் காண்கிறோம்.

❑

8

எது தமிழர் பண்பாடு?

தமிழரின் பண்பாட்டைப் பேணுவது என்ற கோட்பாடு இனமான அரசியலின் துருப்புச் சீட்டாக உள்ளது. பண்பாடு என்பது தெளிவற்ற சொல்லாகும். எந்த ஒரு சமூகத்திலும் பண்பாடு என்பது பொதுவானதல்ல. சமூகம் என்றாலே பல பண்பாடுகளைக் கொண்டது என்பதாகும். உழைப்பை மதிக்கும் பண்பாடும், சொத்துக் குவிப்பை மதிக்கும் பண்பாடும், ஒரு சமூகத்தில் நிலவுவதைக் காண்கிறோம். உணவு முதல் சடங்குகள் வரை பல பண்பாடுகள் உண்டு.

எனவே, எத்தகைய தமிழ்ப் பண்பாட்டை இனமான அரசியல்வாதிகள் பேணுகிறார்கள், பேணப்போவதாக சூளுரைக்கிறார்கள் என்பதை ஸ்தூலமாக ஆய்வுசெய்வது அவசியம்.

❑

9

தமிழனைச் சுற்றி நிற்கும் பகை என்ற சித்திரம்

முதலில் தமிழனைச் சுற்றிப் பகைமை என்ற சித்திரமே பொய்மையானது. எந்த மொழியும் எந்த இனமும் பிறரோடு ஒத்துழைக்காமல், உறவுகொள்ளாமல் வாழ்ந்ததாக வரலாறு இல்லை. மிருக உலகில் தகுதி உள்ளதே வாழும் என்ற கோட்பாடு மானுட சமூகத்திற்குச் சற்றும் பொருந்தாது. எது நேசமிக்கதாக உள்ளதோ, அதுவே நிலைத்து நிற்பதைக் காண்கிறோம். பிறமொழிச் சொற்களை எந்த அளவிற்கு உள்வாங்கும் ஆற்றல் உள்ளதோ, அந்த மொழியே உலக மக்களைக் கவர்கிறது. ஆங்கிலம் ஒரு தீவில் பிறந்தது. அதன் சொற்களின் வேர்களை ஆராய்ந்தால் அநேகமாக எல்லா மொழியிலிருக்கும் ஓசையையும் அது உள்வாங்கியிருப்பதைக் காண முடியும். பிற இன மக்களை வேட்டையாடிய ஆரிய சமூகம் பேசிய சமஸ்கிருதம், கிரீக், லத்தின் போன்ற மொழிகள் செத்த மொழிகளாயின. பிற இனங்களை நேசமாகப் பார்த்த தமிழ் மொழியே காலத்தை வென்று நிற்கிறது, உலகத் தரம் வாய்ந்த இலக்கியங்களைப் படைத்திருக்கிறது.

இன்று தூய தமிழ் இயக்கம் அறிவியலைப் பேசுகிற மொழியாவதை மந்தப்படுத்துகிறது. ஆங்கில மோகம் ஆட்சி செய்கிறது. வரலாறு நமக்கு ஒன்றைக் காட்டுகிறது. ஐரோப்பாவில் அறிவியலை கிரீக் அல்லது லத்தின் மொழியில்தான் சொல்ல வேண்டும் என்ற நிலை இருந்தது. அப்பொழுதுதான் மக்கள் ராஜவிசுவாசத்துடன் இருப்பர் என்று அரசர்கள் கருதினர். ஏன் நியூட்டன்கூட அவரது ஆய்வை லத்தீன் மொழியிலேயே எழுதினார். மக்கள் பேசும் மொழியில் அறிவியலை எழுதி முதலில் பரப்பியவர் கலிலியோ. அதன் பிறகே ஐரோப்பிய ஆய்வாளர்கள் பரவலாக உருவாகி விஞ்ஞானத்தை வளர்க்க ஏதுவாகியது. கூர்ந்து கவனித்தால் திராவிடர் இயக்கங்களின் சித்தாந்தமே தமிழுக்குப் பகை. இதனால் இந்தித் திணிப்பு ஆபத்தல்ல என்று கூறுவதாகக் கருதிவிடக் கூடாது. இந்தித் திணிப்பு அரசியலதிகாரத்தை மையப்படுத்த திணிக்கப்படுகிறது. அது ஆதிக்க அரசியல். எனவே, எதிர்ப்பது அவசியம். அதற்காகத் தமிழை ஆங்கில மொழிக்கு ஈடாக வளர்க்காமல் செத்த மொழி ஆக்குவது தவறு. 50 வருட இனமான சித்தாந்தம் வழிகாட்ட ஆட்சித் தமிழை

வளர்த்தார்களா இல்லை. இன்றும் பாரதிபோல் நாமும் கூறவே தோன்றுகிறது.

இன்றொரு சொல்லினைக் கேட்டேன் - இனி
ஏது செய்வேன்? என தாருயிர் மக்காள்!
கொன்றிடல் போலொரு வார்த்தை - இங்கு
கூறத் தகாதவன் கூறினன் கண்டீர்!
புத்தம் புதிய கலைகள் - பஞ்ச
பூதச் செயல்களின் நுட்பங்கள் கூறும்
மெத்த வளருது மேற்கே - அந்த
மேன்மைக் கலைகள் தமிழினில் இல்லை.
சொல்லவும் கூடுவ தில்லை - அவை
சொல்லுந் திறமை தமிழ்மொழிக் கில்லை
மெல்லத் தமிழினிச் சாகும் - அந்த
மேற்கு மொழிகள் புவிமிசை யோங்கும்
என்றந்தப் பேதை உரைத்தான் - ஆ!
இந்த வசையெனக் கெய்திடலாமோ?
சென்றிடுவீர் எட்டுத் திக்கும் - கலைச்
செல்வங்கள் யாவுங் கொணர்ந்திங்கு சேர்ப்பீர்!
பிறநாட்டு நல்லறிஞர் சாத்திரங்கள்
தமிழ்மொழியிற் பெயர்த்தல் வேண்டும
இறவாத புகழுடைய புதுநூல்கள்
தமிழ்மொழியில் இயற்றல் வேண்டும்
மறைவாக நமக்குள்ளே பழங் கதைகள்
சொல்வதிலோர் மகிமை இல்லை
திறமான புலமையெனில் வெளி நாட்டோர்
அதைவணக்கஞ் செய்தல் வேண்டும்.

❑

10

நதிநீர்ப் பிரச்சனைகளும் இனமான அரசியலும்

நீரின்றி அமையாது உலகு என்பதை அறிவோம். நீர் என்பது அடிப்படை உரிமை என்பதையும் அறிவோம். ஆனால் முதலாளித்துவ உற்பத்தி முறையில் அது ஒரு சரக்காகவும் கருதப்படுவதால் சர்ச்சைகள் எழுகின்றன. கடந்த 50 ஆண்டுகளில் நதிநீர்ப் பிரச்சனைகள் அதிகமாகி வருகின்றன.

மேலே குறிப்பிட்டபடி லாபம் சம்பாதிக்கும் சரக்காக நீர் கருதப்படுவதாலும், கோணலாக வளரும் நவீனத் தொழில்களும் இந்த தாவாக்களுக்கு அடிப்படை காரணங்களாகும்.

சரக்காக ஆனதால் இன்று நன்நீர் வர்க்க தராதரம் பார்த்துப் பகிரப்படுவதைக் காண்கிறோம். பாசனத்திற்கும், குடிநீருக்கும் முன்னுரிமை மறுக்கப்படுவதையும் காண்கிறோம்.

எந்த ஒரு சமூகத்திற்கும் ஆறுகளும் மலைகளும் வெறும் ஜடப்பொருள்களல்ல. மனக்கிளர்ச்சியைத் தூண்டும் அற்புதங்கள். இதம் தரும் இலக்கியங்களின் கருக்கள். இது மானுடத்தின் இயல்பு. இந்த இயல்பை மறைத்து நீர்ப் பஞ்சத்திற்குக் காரணம் தமிழனைச் சுற்றிய பகைமையே என்பதை தாவாக்களின் மூலம் பதிய வைக்கின்றனர். தனியார்மயக் கொள்கை என்ற பெயரில் வேண்டியோருக்கு பாட்டில் நீர் உரிமம் வழங்கி வாக்கு வங்கி அரசியலைப் பேணுகின்றனர். இதன்பொருள் நதி நீர்த் தாவாக்கள் தீராமல் இருப்பதற்கு ஆதிக்க மனோபாவம் கொண்ட காங்கிரஸ், பா.ஜ.க., போன்ற அகில இந்தியக் கட்சிகளுக்கும் ஒன்றிய அரசிற்கும் இதர வட்டார அரசியல் கட்சிகளுக்கும் பங்கில்லை என்று கூறுவதாகக் கருதிவிடக் கூடாது. இவையும் இணைந்தே நதி நீர்த் தாவாக்களை உருவாக்குகின்றன.

நாம் இங்கே கூற வந்தது என்னவெனில், சுருக்கமாக இனமான அரசியல் தலைவர்கள் மக்களின் இனமான உணர்வில் குளிர்காய முயலுகிறார்களே தவிர, நீர்ப்பகிர்விற்கு அக்கறை காட்டவில்லை. அரசியல் விவேகத்தோடு நடக்கவில்லை என்பதாகும். உதாரணமாக, சென்னையிலும் மற்றும் சென்னையைச் சுற்றியுள்ள மாவட்டங்களிலும் உள்ள நீர்நிலைகளையும் ஆறுகளையும் மழைநீர்

ஓடைகளையும் தொழில் வளர்ச்சி மற்றும் நகர்மயமாதல் என்ற பெயரால் பிரிட்டிஷ் ஆட்சிக் காலத்திலிருந்து நூறு ஆண்டுகளாக மெல்ல அழித்துவிட்டனர். விடுதலைக்குப் பிறகும் தமிழக அரசு சென்னைக் குடிநீருக்கு 400 கிலோமீட்டர் அப்பாலுள்ள கிருஷ்ணா ஆறு, 240 கிலோமீட்டர் அப்பாலுள்ள வீராணம் ஏரிக்கு வரும் காவிரி ஆற்று நீர் இவற்றைக் கொண்டுவரக் கனவு கண்டனரே தவிர, மாற்றுக்களை ஆராய முயலவில்லை. காங்கிரஸ் கட்சிக்கு மாற்றாக வந்த திராவிடர் இயக்கங்களும் இதையே பின்பற்றின. இவை தாவாக்களை உருவாக்கும் என்று தெரிந்தே செய்கின்றனர். தமிழ் மன்னர்கள் காலத்திய மழைநீர் தேக்கிகளைப் புனரமைக்க யோசிக்கவே மறுக்கின்றனர். திராவிடர் இயக்கங்களிடையே நிலவும் போட்டி நதிநீர்ப் பிரச்சனையோடு சம்பந்தப்பட்ட கர்நாடகா, ஆந்திரா,கேரளா மாநில அரசியல் கட்சிகள் மற்றும் காங்கிரஸ், பாஜக ஆகியவை அவரவர் செல்வாக்கை அதிகப்படுத்த நடக்கும் போட்டி ஆகியவற்றால் தாவாக்கள் பெருகி சென்னை மக்கள் தவிப்பதைக் காண்கிறோம்.

தமிழ்நாடு சந்திக்கிற நதிநீர் தாவாக்கள் அனைத்தும் பங்கீட்டுக் கோட்பாட்டுப் பிரச்சனையல்ல. மாநில அரசியல் கட்சிகளும் மத்திய அரசும் ஒத்துழைக்குமானால் நதிநீர்ப் பங்கீடு ஒரு பிரச்சனையல்ல என்பதற்கு சென்னைக் குடிநீர் வழங்கும் தெலுங்கு கங்கா திட்டமும் காவிரி நீர்ப்பங்கீடும் குறிப்பிடத்தக்க உதாரணங்களாகும். அதேவேளையில் இனமான அரசியல், ஆதிக்க அரசியல் இரண்டும் கலந்து இத்திட்டங்களைப் பாழ்படுத்த முடியும் என்பதற்கும் சான்றாக நிற்கின்றன.

❑

11

தெலுங்கு கங்காவும் அரசியல் பொருளாதாரமும்

கிருஷ்ணா ஆறு மேற்குத் தொடர்ச்சி மலையில் பிறந்து மகாராஷ்டிரா, கர்நாடகா, ஆந்திரா மூன்று மாநிலங்களின் வழியாக ஓடி வங்கக் கடலிலே கலக்கிறது. காவிரி, பாலாறு போல் கிருஷ்ணா நதிக்கும் தமிழ்நாட்டிற்கும் உரிமைகோரும் உறவே இல்லை. இருந்தாலும் மூன்று மாநில மக்களின் பெருந்தன்மையால் தெலுங்கு கங்கா சென்னை வருகிறது. இதற்கு ஒரு வரலாறு உண்டு.

20ஆம் நூற்றாண்டில் பிரிட்டிஷ் ஆட்சிக் காலத்திலேயே சென்னையில் குடிநீர்ப் பஞ்சம் ஏற்பட்டபோது கிருஷ்ணா நதிநீர் ரயிலில் வந்தது. அன்று எந்த நிபுணரும் 400 கிலோமீட்டர் அப்பாலுள்ள கிருஷ்ணா நதியிலிருந்து தெலுங்கு கங்கா கால்வாய் மூலம் சென்னைக்குக் குடிநீர் கொண்டுவர முடியும் என்பதைக் கனவில்கூட நினைத்து இருக்கமாட்டார்கள்.

விடுதலைக்குப் பிறகும் அரசின் பல நடவடிக்கைகள் பிரிட்டிஷ் ஆட்சியாளர்களின் வழியிலேயே இருந்ததால் சென்னையைச் சுற்றியிருந்த நீர்நிலைகளைப் புனரமைக்கத் திட்டமிடாமல் குடிநீருக்கு கிருஷ்ணா நதிநீரைக் கொண்டுவரும் திட்டத்தையே யோசித்தனர். 1953லேயே சென்னை ராஜதானி மொழிவழி பிரியாமல் இருந்ததால் கிருஷ்ணா நதிநீரை வடபெண்ணையாற்றிற்குக் கொண்டுவந்து அங்கிருந்து சென்னைக்குக் கொண்டுவர திட்டமிட்டனர். ஆனால், மொழிவழி மாநிலமாகப் பிரிந்த பிறகு அத்திட்டம் நாடாவை இறுகக்கட்டி கோப்பிலேயே தூங்கியது.

அன்றைய தேதிகளில் தமிழக அரசியல் தலைவர்களும் பிரிட்டிஷ் அரசுப் பாணியிலே சிந்தித்தனர். அண்டை மாநிலங்களில் உள்ள ஆறுகளில் உள்ள நீர் வீணாகக் கடலில் கலப்பதாகவும், அதைத் தமிழ்நாட்டிற்குத் திருப்பிவிட்டால், அவர்களுக்கு எதுவும் குறைந்துவிடாது என்றும் குறுகிய மனப்பான்மை குறுக்கே நிற்பதாகவும் சித்தரித்தனர். ஆற்று நீரில் குறிப்பிட்ட அளவு நீர் கடலில் கலக்காமல் போனால் உயிர்ப் பரிமாற்ற மின்றியும், நீரின் உப்பின் அளவு கூடியும் நதி பயனற்றதாக மாறிவிடும் (காவிரி நீர்ப் பங்கீட்டில் உப்பைக் கடலில் தள்ளிவிட சில டி.எம்.சி. நீரை ஒதுக்கியிருப்பதைக் கவனிக்கவும்) என்ற அறிவியல் உண்மை பரவாத சூழலில் இந்த வாதம் மக்களைக் கவ்விப் பிடித்தது.

மன்னர்கள் காலத்திலிருந்தே இயற்கை வழியில் மழை நீரைத் தேக்கிப் பயன்படுத்தும் பண்பாடு கொண்டது தமிழகம். ஆனால், அரசின் தொழில் வளர்ச்சி மற்றும் நகரமயமாதலில் இருந்த ஒரு தலைப்பட்சமான திட்டங்கள் தமிழகத்தை நீர்ப்பஞ்சம் உள்ளதாக மாற்றிவிட்டன. இந்த உண்மை மக்கள் கண்ணில் படாமலே இருக்குமாறு இருட்டடிப்பு செய்கின்றனர். கடல் நீரை நன்னீராக்க சூரிய வெப்பத்தைப் பயன்படுத்த முடியும் என்பதைக்கூட ஆய்வுசெய்ய முயலவில்லை. இன்று வர்த்தக நோக்கத்தோடு நன்னீராக்கும் திட்டமாக்கிவிட்டனர்.

இச்சூழலில் தெலுங்கு கங்கைத் திட்டத்தை 1976ல் மனிதாபிமான சர்வாதிகாரம் என்ற தோற்றத்தை உருவாக்க இந்திரா காந்தி அறிவித்தார். மாகாராஷ்டிரம், ஆந்திரம், கர்நாடகம் என மூன்று மாநில அரசுகளும் 15 டிஎம்சி கிருஷ்ணா நீரை 432 கிலோமீட்டர் தூர கால்வாய் மூலம் தருவதற்கு மத்திய அரசால் சம்மதிக்க வைக்கப்பட்டனர். 1977ல் ஒப்பந்தமும் கையெழுத்தானது. நிதியின்மை(?) காரணத்தால் தள்ளிப்போவதாகக் கூறப்பட்டது. 1983இல் எம்.ஜி.ஆர். அரசும், என். டி.ஆர். அரசும் புதிதாக ஒப்பந்தம் போட்டனர்.

தனது பெயரை நிலைநாட்ட என்.டி.ஆர். தெலுங்கு கங்கா திட்டம் மூலம் சென்னைக்குக் குடிநீரும் போகிற வழியில் விவசாயமும் பயன்பெறத்தக்க முறையில் மாற்றி அமைக்கப்படும் என அறிவித்தார். இதன் விளைவாக சென்னை நகருக்கு 15 டி.எம்.சி. நீர் என்ற அளவு 12 டி.எம்.சியாக குறைக்கப்பட்டு ஒப்பந்தம் செய்யப்பட்டது.மத்தியில் காங்கிரஸ் அரசும் மாநிலங்களில் அது விரும்பாத என்.டி.ஆரின் தெலுங்கு தேசமும் தமிழ்நாட்டில் எம்.ஜி.ஆரின் அதிமுகவும் ஆட்சியிலிருந்தன.

இருவருமே இனமான அரசியலால் செல்வாக்குப் பெற்றவர்கள். அதற்குப் பங்கம் வராமல் நடந்துகொள்ள முயன்றனர். மைய அரசு நிதி ஒதுக்க மறுத்ததாலும் மாநில அரசுகளின் நிதி ஒதுக்கீட்டில் முன்னுரிமை கொடுக்காததாலும் காண்டிராக்ட் ஊழல் போன்றவற்றால் தெலுங்கு கங்கை மெலிந்தது. சத்திய சாய் பாபா கொடுத்த 300 கோடி ரூபாயில் 17 வருடக் காத்திருப்பிற்குப் பிறகு சென்னைக்குக் கால்வாய் வந்தது. ஆனால் நீர் வரவில்லை. இன்று வரை ஏற்றுக்கொண்ட 12 டி.எம்.சி அளவில் 3.டி.எம்.சி. நீருக்குமேல் சென்னைக்கு வந்ததாக வரலாறு இல்லை. இந்தத் திட்டம் திட்டமிட்டபடி நடக்க வேண்டுமானால் இயற்கையைப் பேணுகிற அணுகுமுறைக்கு ஒன்றிய, மாநில அரசுகள் அரசியல் காழ்ப்பின்றி ஒத்துழைக்கவேண்டும். நிதி ஒதுக்குவதற்கு முன்னுரிமை கொடுக்கவேண்டும்.

❑

12
காவிரியும் தாவாக்களும்

அடுத்து காவிரி நதிநீர்ப் பங்கீடு தவா 125 ஆண்டுகால வரலாற்றைக் கொண்டது. முதலில் காவிரியில் அணை கட்டும் உரிமை சம்பந்தமாக தாவா எழுந்தது. பிரிட்டிஷ் அரசு ஹைதராபாத் நிஜாமின் படை உதவியுடன் 4வது ஆங்கில மைசூர்ப் போரில் 1799ஆம் ஆண்டு திப்புவைச் சாகடித்த பிறகு சிறிது காலம் மைசூர் ராஜ்யம் பிரிட்டிஷ் அரசின் கட்டுப்பாட்டிற்குள் வந்தது. அப்போது காவிரி நீரை அணைகளில் தேக்கி மைசூர் ராஜ்யத்திற்குள் பயன்படுத்த அரசு திட்டமிட்டது. இதற்கிடையில் பிரிட்டிஷ் அரசின் ராஜதந்திர நடவடிக்கை ஒன்றால் ஹைதர் அலி காலத்திற்குமுன் ஆட்சி செய்த உடையார் வம்சத்துச் சிறுவன் நான்காம் கிருஷ்ணராஜ உடையார் என முடிசூட்டப்பட்டு அவரிடம் ராஜ்யம் ஒப்படைக்கப்பட்டது. மன்னரின் நிர்வாகிகள் காவிரியில் அணைகட்ட முயற்சித்தபோது பிரிட்டிஷ் அரசு தடுத்துவிட்டது. அணைகட்டும் திட்டத்தைக் கனவிலும் கருதக் கூடாது என்பதற்காக, 1892ல் ஓர் ஒப்பந்தத்தையும் திணித்தது. அதன்படி மைசூர் அரசு சென்னை ராஜதானியின் சம்மதமில்லாமல் தடுப்பணை கட்டக் கூடாது. புதிய குளங்களோ, கால்வாய்களோ வெட்டக் கூடாது. 30 ஆண்டிற்குமேல் தூர்ந்துபோயிருக்கும் ஏரிகளை, கால்வாய்களை புதுப்பிக்கக் கூடாது.

1910ஆம் ஆண்டில் பிரிட்டனைச் சார்ந்த கேப்டன் டாவ்ஸ் என்ற இன்ஜினியர் கண்ணம்பாடி என்ற இடத்தில் 41.5 டி.எம்.சி. கொள்ளளவு கொண்ட அணைகட்ட மன்னருக்கு ஆலோசனை வழங்கினார். மன்னர் 1892 ஒப்பந்தப்படி மெட்ராஸ் ராஜதானி கவர்னரிடம் அனுமதி கோரினார். மேட்டூரில் 80 டி.எம்.சி கொள்ளளவுள்ள அணைகட்ட திட்டமிட்டதைக் காட்டி கவர்னர் அனுமதி மறுத்துவிட்டார். மன்னர் வைஸ்ராய்க்கு மேல்முறையீடு செய்து 11 டி.எம்.சி. கொள்ளளவு உள்ள அணைகட்ட அனுமதி பெற்றார். 40 டி.எம்.சி. கொள்ளளவுக்கு ஏற்ற முறையில் அடிக்கல் நாட்டடப்பட்டது. இது தாவாவாக ஆக்கப்பட்டதால் நடுவர் மன்றத் தீர்ப்பிற்கு விடப்பட்டது. நடுவர் மன்றத் தீர்ப்பை ஏற்க கவர்னர் மறுத்ததால், மீண்டும் பிரிட்டிஷ் அரசு தலையிட்டு 1924ஆம் ஆண்டு ஓர் ஒப்பந்தம் ஏற்பட்டது. 50 ஆண்களுக்குப் பிறகு மறு பரிசீலனை

செய்வது என்றும் ஒப்புக்கொள்ளப்பட்டது. விடுதலைக்குப் பிறகு 1955இல் மொழிவழி மாநிலங்களாகப் பிரிந்த பிறகு காவிரிநீர்ப் பகிர்வு உணர்ச்சிகளைக் கிளப்பிவிடும் அரசியலாக ஆனது. நதி நீர்ப் பகிர்வு சம்பந்தமாக உலகம் ஏற்றுக்கொண்ட கோட்பாட்டைக் காவிரிக்குப் பொருத்த இயலவில்லை. இஸ்ரேலும், ஜோர்டானும் மோதிக்கொண்டிருக்கும் நாடுகள். இவர்களிடையே ஜோர்டான் ஆறு பகிர்வு சுமுகமாக உள்ளது. இந்தியா-பாகிஸ்தான் இடையே சிந்து நதிப் பகிர்வு இன்று வரை சுமுகமாக இருக்கிறது. வடகொரியாவும் தென்கொரியாவும் நதிநீர்ப் பகிர்வைப் பிரச்சினையாக்குவதில்லை. ஆனால், இந்திய அரசியல் கட்சிகள் நதிநீர்ப் பகிர்வை அரசியல் ஆயுதமாகக் கருதுவதால் தாவாக்கள் எழுகின்றன. ஆறுகள் சாகின்றன.

❑

13
காவிரியும் தமிழும்

கல் தோன்றி மண் தோன்றிய அன்றே தோன்றிய காவிரிக்கும் தமிழ் மண்ணிற்கும் உள்ள உறவு இலக்கியங்களாலும், சினிமாவாலும் உணர்ச்சிமயமாக்கப்பட்டுவிட்ட ஒன்றாகும். பண்டைய சங்க இலக்கியங்களில் காவிரி ஆறு பற்றிய குறிப்பு ஏராளம் உண்டு. ஒரு புலவர் பாடிய பாடல் ஒன்றில் இப்படி ஒரு வரி வருகிறது.

சிறக்கநின் ஆயுள்;
மிக்குவரும் இன்னீர்க் காவிரி
எக்கர் இட்ட மணலினும் பலவே!

(புறநானூறு 43: தாமப்பல் கண்ணனார்).

'காவிரித் தண்ணீர் பட்டால் கன்னியர்மேனி தங்கம்' (1955இல் வெளிவந்த சினிமா பாடல் வரி. இந்தப் பாடல் தவிர காவிரி நதிக்கும் அந்த சினிமாவிற்கும் எந்த சம்பந்தமுமில்லை. அன்று காவிரி நதி ஒப்பந்தம் காலாவதி ஆகப்போகிறது என்பதை ஒட்டி எழுந்த பரபரப்பை இவ்வரிகள் சூடேற்றின). காவிரி எனது என்ற உணர்வு இனவாதப் பார்வையால் ஆற்றங்கரையில் வாழும் பிறரோடு பகிர்கிற உணர்வைத் தடைப்படுத்துகிறது.

வாழு, வாழவிடு என்ற கோட்பாட்டை ஏமாளிக் கோட்பாடாக இனவாத இயக்கங்கள் சித்தரிக்கின்றன. பிற மாநிலங்களோடு ஒத்துழைக்காமல் தமிழ்நாட்டின் பொருளாதார வளர்ச்சி சாத்தியமில்லை என்ற உண்மையை ஆட்சியில் அமரும்போது உணர்ந்து காவிரி நதிநீர்த் தாவாக்களை முடிவிற்குக் கொண்டுவரலாம் என தி.மு.க. முயன்றால் அ.திமு.க. விடாது. அ.தி.மு.க. முயன்றால் தி.மு.க. விடாது. இது இனமானப் பிரச்சனையாகிவிடும்.

இதனைக் கர்நாடக அரசும் ஒன்றிய அரசும் பயன்படுத்திக்கொண்டன. இப்போதும் பயன்படுத்துகின்றன (நாட்டு அணை உட்பட). எல்லா நதி தாவாக்களும் சம்பந்தப்பட்ட அனைவருக்கும் பயனளிக்கிற முறையில் கோட்பாடுகள், நியதிகள் உருவான இந்த நாளிலும் தாவாக்களை உருவாக்குகிற அரசியலால் மக்கள் படும்

வேதனைக்கு எல்லையே இல்லை என்பதைக் காவிரிப் பிரச்சனையில் காணலாம். யாருக்கு எவ்வளவு நீர் என்று பகிர்ந்தால் மட்டும் போதாது. உத்தரவாதப்படுத்த, இயற்கையைப் பேண ஒன்றிய, மாநில அரசுகள் பொறுப்பேற்க வேண்டும். அதைச் செய்யாமல் ஒருவர்மீது ஒருவர் பழி போடும் அரசியலே இன்று உள்ளது. உதாரணமாக, பெங்களூரு குடிநீருக்கு அக்காரவதி என்ற காவிரியின் உப நதி இருந்தது. இன்று அது செத்துவிட்டது. அதுபோல் காவிரியின் சகோதரியான நொய்யல் ஆறு தமிழ்நாட்டில் செத்துவிட்டது. ஒன்றிய, மாநில அரசுகளின் இயற்கையைப் பேணுகிற அக்கறையற்ற போக்கால் பட்ஜெட்டில் நிதி ஒதுக்க மறுக்கும் அரசியல் பொருளாதார அணுகுமுறையால் நதிகள் மாசுபடுகின்றன. சில நதிகள் காணாமல் போகின்றன. கூவம், அடையாறு செத்து நாறுகிறது. கொசத்தலை ஆறு காணாமல் போகிறது, காடுகள் அழிகின்றன. இந்த எதார்த்தங்களை மறைத்தே இனவாத அரசியல் மூச்சுவிடுகிறது.

காவிரி ஆறு வெறும் நீரல்ல. புனிதம் மிக்கது. கரிகால் பெருவளத்தான் சாதனையை நினைவூட்டும் சின்னம். காவிரி தமிழனின் சொத்து என்ற உணர்வோடு காவிரி தாவாவை இனமானக் கட்சிகள் அணுகுகின்றன. கரையோர மக்களோடு பகிரவேண்டிய ஒன்று என்பது பின்னுக்குப் போகிறது. பிறரோடு ஒத்துவாழ்வது அவசியம் என்று பெரும்பான்மை மக்கள் கருதினாலும் அரசியல் கட்சிகள் அந்த உணர்வை மழுங்கடிக்கின்றன. கர்நாடகாவில் வட்டால் நாகராஜ் போன்றவர்கள் இனமான உணர்வைத் தூண்டிக் குளிர்காய்கின்றனர். சில நேரங்களில் தமிழர்களுக்கு எதிரான போராகவும் அது மாற்றப்படுகிறது.

❑

14

விசுவாச வாக்கு வட்டமும் தனிநபர் துதியும்

சில ஆண்டுகளுக்குமுன் தேர்தல் சமயத்தில் நேர்மையான அரசியல் தலைவருக்கான இலக்கணம் பற்றிய சர்ச்சையைத் 'தமிழ் இந்து' (இப்போது 'இந்து தமிழ் திசை' என மாற்றப்பட்டுள்ளது) பத்திரிகை தொடங்கிவைத்தது. ஒரு கட்டத்தில் ஓர் அரசியல் தலைவர் மக்களின் நம்பிக்கையைப் பெற அவசியமான நற்குண இலக்கணம் பற்றிய சர்ச்சையானது.

கருணை, எளிமை, நேர்மை, எதிலும் சிக்கனத்தைக் கடைபிடிக்கும் நிர்வாகத் திறமை, ஜனநாயகத்திற்கு மரியாதை செலுத்தும் பண்பு, எதிர்க்கட்சியினரை மதிக்கும் மாண்பு ஆகியவற்றை ஆளுமையாகக் கொண்டவர்களே மக்களின் நம்பிக்கையைச் சம்பாதிக்க இயலும். அப்படிப்பட்டவர்கள்தான் புகழ் மணக்கும் அரசியல் தலைவராக வரலாற்றிலே இடம்பெற்று இருக்கிறார்கள் என்று வரலாற்று அளவுகோலை வைத்துச் சர்ச்சைகள் முகிழ்த்தன. 19ஆம் நூற்றாண்டு லிங்கன், 20ஆம் நூற்றாண்டு காந்தி, அம்பேத்கர், மண்டேலா போன்றோரை அளவுகோலாகக்கொண்டு, தமிழ்நாட்டில் தாயாகவும், தந்தையாகவும், தளபதியாகவும் புகழ்பெற்ற அரசியல் தலைவர்களாகக் காட்சியளிப்போரை அளந்தனர்.

வேடிக்கை என்னவென்றால், தமிழ்நாட்டில் தாயாகவும், தந்தையாகவும், தளபதியாகவும் புகழ்பெற்ற அரசியல் தலைவர்களாகக் காட்சியளிப்போர் யாருக்கும் இந்தக் குணங்கள் இருப்பதாக விவாதங்களில் வெளிவரவில்லை. அர்ச்சகர்கள் தவிர, மற்றவர்கள் நெருங்க முடியாத கோயில் தெய்வச் சிலைபோல் இருப்பவர்களே கவர்ச்சித் தலைவர்களாக இருப்பது கண்ணில் பட்டது. அதிகாரத்தை வைத்துத் தடயங்களை அழித்த ஊழல் குற்றச்சாட்டால் சிறைக்குச் சென்றது, அரசியல் வேட்டைக்குப் பலியானதாக அனுதாப அலை போன்றவை இவர்களது தோற்றத்திற்கு மெருகூட்டிவிட்டது. தமிழக அரசியலில் மக்களைக் கவர காந்தி, மண்டேலா போல் கருணை, எளிமை, தியாகம், நிர்வாகத் திறமை கொண்டவர்களாக இருக்கவேண்டிய அவசியமில்லை. அதற்குத் தேவை விசுவாச வாக்காளர் வட்டம்.

அதைத் தயாரிக்க கொழுத்த சம்பளத்திற்குக் கிடைக்கும் சமூக உளவியல் நிபுணர்கள் குழு, ஊடக விளம்பரம் என்ற உண்மை விவாதங்களால் பளிச்சிட்டது என்றால் மிகையல்ல.

ஐரோப்பாவிலும், அமெரிக்காவிலும், சீனா, வியட்நாம் போன்ற நாடுகளிலும் வெவ்வேறு காரணங்களால், அரசியலில் தனிநபர் துதி என்பது அநேகமாகக் களையப்பட்டுவிட்டது. ஆனால் இந்தியாவில், அரசியலில் தனி நபர் துதி என்பது கண்மூடித்தனமாக உள்ளது. அதற்கான காரணங்கள் பிடிபட மறுக்கின்றன. இங்கு இடதுசாரிக் கட்சிகளைத் தவிர தனிநபரைச் சுற்றியே வட்டாரக் கட்சிகள் உருவாகின்றன. அகில இந்தியக் கட்சிகளும் தனிநபரைச் சுற்றிய கட்சிகளாக மாறிவருகின்றன.

இந்தத் தனி நபர் துதி அரசியல் போக்கிற்கு இந்தியப் பண்பாட்டின் பிரத்தியேகத் தன்மை என விளக்கமும் தரப்படுகிறது. பல தலைவர்கள், பல கட்சிகள் என்று இருப்பது ஜனநாயகத்தின் அடையாளமாகவும் காட்டப்படுகிறது. எதார்த்தத்தில் பல கட்சிகளாக இருப்பது ஜனநாயகத்தின் அடையாளமல்ல. கட்சிகளின் தலைமை பீடங்கள் உருவாவதில் உள்ள குறைபாடுகளே பல கட்சிகளாக ஆகின்றன என்பதைப் புரிந்து தெளிய வேண்டும். எம்.ஜி.ஆர்., வை.கோ., விஜயகாந்த், வாசன் போன்றோர் கட்சி உருவாக்கியதன் பின்னணி, இந்த உண்மையைப் பறைசாற்றுகிறது (ஓர் உறையில் இரண்டு வாள் இருக்க முடியாது என்பது கருணாநிதியின் புகழ்பெற்ற வசனமாகும்). ஜனநாயக யுகத்தில் அரசியல் தலைமை என்பது பல திறமை கொண்டவர்களை இணைக்கும் இணைப்பாளராக இருக்க முடியுமே தவிர, நல்மேய்ப்பராகவோ, அதிகார மையமாகவோ, எல்லையற்ற அதிகாரம் பெற்றவராகவோ அரசியல் தலைவர்கள் இருக்க முடியாது என்பதன் அடையாளம்தான் பல கட்சிகளின் தோற்றமாகும். ஆதிக் காலத்தில் மன்னர்கள் கோட்டைகளைக் கட்டி ராஜ்ய பரிபாலனம் செய்ததுபோல், நாடாளுமன்ற ஜனநாயகம் நிலவுகிற நாட்டில் வாக்கு வங்கிக் கோட்டை மூலம் அதிகாரத்தைத் தக்கவைக்க அரசியல் தலைவர்கள் முயற்சிக்கிறார்கள்.

வாக்கு வங்கியை உருவாக்குவது எப்படிச் சாத்தியமாகிறது? இதற்கான பண்பாட்டு, தத்துவத் தளம் எப்படிப் பேணப்படுகிறது? நவீனத் தொழில் வளர்ச்சி, புரட்சிகர பாட்டாளி வர்க்கத்தையோ அரசியல் விழிப்புணர்வு பெற்ற நடுத்தர வர்க்கத்தையோ வேகமாக உருவாக்காமல் சுய நல பூர்சுவா மனப்பாங்கை ஏன் விதைக்கிறது?

ஐரோப்பாவில் கிறிஸ்துவ மத மார்க்கங்கள் முட்டி மோதி முதலாளி வர்க்கத்திற்கு நேர்மை, கருணை, சமத்துவம் போன்றவற்றைப் போதித்ததுபோல், இந்தியாவில் ஈரமற்ற முதலாளி வர்க்கத்திற்கு இவற்றைப் போதிக்கிற மத மார்க்கங்களே வளராமல் போனது எப்படி? ஏற்றத்தாழ்வையும் சாதிய அடுக்குகளையும் பேணவும், மன்னர்கள் காலத்து பயபக்தி மற்றும் விசுவாச ஒழுக்கங்களைத் திணிக்கவுமான துணிச்சலை இந்துத்வா அரசியல்வாதிகள் எங்கிருந்து பெறுகின்றனர்? மக்களின் உணர்வில் மாற்றம் தேவையா? நாடாளுமன்ற அமைப்பின் குறைபாடா? தமிழக அரசியல் சீரழிவிற்கு மாற்றுவழி என்ன? இத்தகைய கேள்விகளுக்கு விடைகள் உண்டா? விவாதித்தால் விடைகள் கிடைக்கும்.

திராவிடர் இயக்கத்தால் உருவான கவிஞர் கண்ணதாசன், தி.மு.க. ஆட்சியைப் பிடிப்பதற்கு முன்னரே "தலைவனை நம்பாதே, தத்துவத்தை நம்பு" என்று முதலில் கருத்துப்போரைத் துவக்கினார். அவருக்கு முன்னரே பெரியார் பகுத்தறிவுத் தேவை என்பதை எழுதியும் பேசியும் வந்தார். ஆனால், திராவிடர் இயக்கத் தலைவர்கள் தமிழ்ச் சமூகத் தொன்மையைக் காட்டித் தலைவன் பக்தியைப் பேணத் துவங்கினர். முற்போக்கு சமத்துவக் கருத்தை நடைமுறைப்படுத்த ஒரு தலைவன் மீது விசுவாசம் அவசியம் என்பதை வலியுறுத்தினர்.

விசுவாச வட்டத்தை உருவாக்குவதில் முதலில் வெற்றி பெற்றவர் கருணாநிதி என்றால் மிகையாகாது. இவருக்கு சங்க இலக்கியங்களும் திருக்குறள் போன்ற அறநூல்களும் ஆயுதங்களாயின. பெரியார் பகுத்தறிவைப் பேணச் சொன்னதையும், கண்ணதாசன் விதைத்த "தத்துவத்தை நம்பு; தலைவனை நம்பாதே" என்ற கருத்தையும் புதைத்ததில் கருணாநிதியின் பங்கு முக்கியமானது. தலைவன் பக்தி சங்க காலப் பண்பாடு என்றும் அதைப் பேணாவிட்டால் தமிழன் என்ற அடையாளம் மறையும் என்றும் பயமுறுத்த எல்லா வகையிலும் முயன்றார். அதன் மூலம் பழைமைக்கு முற்போக்குச் சாயம் பூசினார். திருக்குறளுக்கு கருணாநிதி எழுதிய உரையும், கருணாதியின் இதர எழுத்துக்களும் மக்களின் சுகத்தைப்பேண ஒப்பற்ற தலைவன் தேவை என்பதை வலியுறுத்தியே இருக்கும்.

கருணாநிதியின் 'நெஞ்சிக்கு நீதி' தொகுப்பு அவரது வல்லமையைத் தற்புகழ்ச்சியாக இல்லாமல் உணரும் வகையில் எழுதப்பட்டிருப்பதைக் காணலாம்.

'நெஞ்சுக்கு நீதி' அவர் எழுதிய சுயவரலாற்று நூல் ஆகும். ஆறு பாகங்களாக வெளியாகியுள்ளது. முதல் பாகம் 'தினமணிக் கதிர்' இதழில் தொடராக வெளியானது. 1924இல் கருணாநிதியின் பிறப்பு முதல் 1969இல் அவர் தமிழ்நாட்டின் முதல்வராகும் வரையான அவரது வாழ்க்கை நிகழ்வுகளைக் கூறுகிறது. 1969-76 நிகழ்வுகளை விவரிக்கும் இரண்டாம் பாகம் இதழில் தொடராக வெளியானது. 1976-88 காலகட்ட நிகழ்வுகள் பற்றி மூன்றாம் பாகமும், 1989-96 நிகழ்வுகளை நான்காம் பாகமும் விவரிக்கின்றன.

1996-1999 வரையிலான நிகழ்வுகளை விவரிக்கும் ஐந்தாம் பாகம் (முதல் பதிப்பு) வெளியீட்டு விழா சென்னை அண்ணா அறிவாலயம், கலைஞர் அரங்கத்தில் ஜூன் 2, 2013 அன்று நடைபெற்றது. முன்னாள் உச்ச நீதிமன்ற நீதிபதி ச.மோகன் தலைமை தாங்கி, நூலை வெளியிட்டார். முதல் பிரதியைப் பேராசிரியர் மா.நன்னன் பெற்றுக்கொண்டார்.

1999-2006 வரையிலான நிகழ்வுகளை விவரிக்கும் இந்நூலின் ஆறாம் பாகம் டிசம்பர் 14, 2013 அன்று வெளியிடப்பட்டது. உயர் நீதிமன்ற முன்னாள் தலைமை நீதிபதி பி.ஆர்.கோகுலகிருஷ்ணன் வெளியிட, கவிஞர் வைரமுத்து முதல் புத்தகத்தைப் பெற்றுக்கொண்டார். இந்த வெளியீட்டு விழாவில் அன்பழகன் பேசியது, ''இன்றைக்கு திராவிடர் இயக்கம் என்றால் கலைஞர்; கலைஞர் என்றால் திராவிடர் இயக்கம். கொள்கை உள்ளவர் என்றால் கலைஞர்; லட்சியவாதி என்றால் கலைஞர். போராடுகிற வீரர் என்றால் கலைஞர். எந்தத் துறையையும் அவர் எவருக்கும் விட்டுத் தருவதில்லை. அவரை மிஞ்சுகின்ற ஆற்றல் பெற்றவர்கள் என்று எவரையும் நான் குறிப்பிட முடியவில்லை. தமிழ்ப் புலவர்களெல்லாம் வியக்கின்ற எழுத்துத் தலைவர்.''

கருணாநிதி ஒப்பற்ற தலைவன் என்ற தோற்றத்தைப் பெற அதிகாரத்தைப் பயன்படுத்தியது மட்டுமல்ல, துதி பாடும் நவீன புலவர்கள் வட்டத்தை உருவாக்குவதில் வல்லவராக இருந்தார் என்பதை மேலே கண்ட தகவல் நிரூபிக்கும்.

கருணாநிதிக்குப் போட்டியாக எழுந்த எம்.ஜி. ராமச்சந்திரனின் விசுவாச வட்டம் திரைப்படங்களால் உருவாக்கப்பட்டதாகும். 'நான் ஆணையிட்டால் அது நடந்துவிட்டால்' என்ற பாட்டைக் கையில் சவுக்கோடு எம்.ஜி.ஆர்., பாடுகிற காட்சி அவர் எவ்வாறு விசுவாசிகளை உருவாக்க சினிமா காட்சிகளைப் பயன்படுத்தினார் என்பதை அறிய உதவும்.

ஜெயலலிதாவும் சினிமா காட்சிகளை முதலீடாக வைத்து அரசியலுக்கு வந்தார். முதலில் புரட்சித் தலைவி தோற்றம். அடுத்து தங்கத் தாரகை. நிறைவாக அம்மா என்ற தோற்றத்தைக் கட்டமைக்கக் கையாண்ட உத்திகள் சற்று வித்தியாசமானவை. அமைச்சர்களும் அதிகாரிகளும் காலில் விழும் கலாச்சாரம் அவர் தோற்றத்திற்கு மெருகேற்றியது.

1991இல் ஜெயலலிதா முதலமைச்சராகிப் போட்ட ஆட்டத்தில், அடுத்த தேர்தலில் ஆட்சியை இழந்தார். அவர் மீண்டெழத் தனிப் பிறவி என்ற தோற்றம் மட்டுமே காரணமல்ல.

அ) விசுவாச வட்டம் ஆ) சந்தர்ப்பவாதக் கூட்டணி இ) முதலாளித்துவ ஊடகங்களின் கருத்துருவாக்கும் ஆற்றல் (ஈ) பெருமுதலாளிகளின் ஆதரவு உ) தனி நபர் துதிக்கெதிரான சித்தாந்தப் போரை நடத்த இடதுசாரிகள் காட்டும் தயக்கம் ஆகியவையே ஜெயலலிதா 'அம்மாவாக' ஆட்சியில் அமர வழிசெய்தது. இடதுசாரிக் கட்சிகளின் ஸ்தாபன பலகீனமும் மக்களும் பங்கெடுக்கும் வகையில் சித்தாந்தப் போரை நடத்த இயலாமையும், ஜெயலலிதா தங்கத் தாரகையாக ஜொலிக்க வாய்ப்புக் கொடுத்தது.

கருணாநிதி நவீன புலவர் வட்டத்தைப் பேணினார். ஜெயலலிதா தனிப்பிறவி என்ற தோற்றத்தைக் கிராமப்புற ஏழைகளும், பாரம்பரிய கைத்தொழிலை நம்பி வாழும் ஏழைகளும் மனதிலே இருத்திக்கொள்ள சடங்குகளையும் இலவசங்களையும் பயன்படுத்தினார். தமிழ்நாட்டில் அரசியல் கட்சிகளின் தோற்றம், வளர்ச்சி இயல்பு இவைகளை ஆய்வு செய்தால் ஓர் உண்மை புலப்படும். சாதி அடிப்படையில் உருவான கட்சியானாலும் இனமான அடிப்படையில் உருவான கட்சியானாலும் தனிநபர் தயாரிப்பாக உள்ளன.

நவீன அறிவியல் பரவிய உலகில் அரசியலில் தனிநபர் துதி (பெர்சனாலிட்டி கல்ட்) நிர்ணயிக்கிற சக்தியாக தமிழ்நாட்டில் இருப்பது தனித்துவப் பண்பாடாக சித்தரிப்பது சரிதானா? ஆராய்ந்தால் இல்லை என்றே தெரியவரும். பெரும்பான்மை தமிழ் மக்கள் இந்த விசுவாச வட்டத்தில் இல்லை. தேர்தல் முறையில் உள்ள குறைபாடு பெரும்பான்மை இல்லாவிட்டாலும் வெற்றிக்கு வழி ஏற்படுகிறது என்பது தெரியவரும்.

வரலாறு காட்டுவதென்ன? எல்லா சமூகங்களும் இத்தகைய கட்டத்தை சந்திக்கிறது அல்லது எல்லா சமூகத்திலும் அதற்கான

வாய்ப்பும் உள்ளது. அறிவியல் பரவி மக்கள் ஈடுபாட்டோடு ஒரு சித்தாந்தப் போர் நடத்தாமல் ஆயிரமாண்டுகளானாலும் அரசியலில் தனிநபரின் ஏதேச்சாதிகாரம் ஒழியாது என்பதையும் வரலாறு காட்டுகிறது.

எல்லாச் சமூகத்திலும் ராஜவிசுவாசம் பண்டைக் காலத்துப் பண்பு என்பதை மறுக்க இயலாது. அந்தச் சமூகம் முதலாளித்துவ உற்பத்தி முறைக்கு மாறும்போது ராஜவிசுவாசம் மங்கி நாட்டுப்பற்றாக முகிழ்க்கிறது. இந்த மாற்றம் தமிழ்ச் சமூகத்திற்கும் பொருந்தும். இந்த மாறுதல் நிகழ்கிற காலகட்டத்தில் மன்னர் மற்றும் பிரபுக்கள் ஆட்சி அகல, வீரக் குடிமகன் அல்லது மகள் ஒருவர் தலைமையில் மக்கள் போராடுகின்றனர். அதில் வெற்றிபெற்ற பிறகே முடி ஆட்சிக்கு முடிவு வருகிறது. அதில் தோல்வி ஏற்பட்டால் மீண்டும் முடியாட்சி நீடிக்கிறது.

ஆனால், இந்தியாவில் முடியாட்சி முடிவிற்கு வந்த நிகழ்வே தனித்துவமானது. 20ஆம் நூற்றாண்டில் நாடு விடுதலை ஆகிற வரை மன்னர் ஆட்சிக் காலத்திய கோட்பாட்டை பிரிட்டிஷ் அரசு பின்பற்றியதால் மன்னர் பரம்பரையினரும் நவாபுகளும் பிரிட்டிஷ் ஆட்சியின் தயவில் அதிகாரம் பெற்றனர். அதேவேளையில் பிரிட்டிஷ் ஏகாதிபத்தியத்தை எதிர்க்கும் சக்திகளுக்கு மன்னர்கள், ஜமீன்தார்கள் ஆதரவு நல்கினர். அடைக்கலம் கொடுத்தனர். சிலர் கப்பம் கட்ட மறுத்தனர்.

அதாவது, முந்தைய கட்ட ராஜவிசுவாசம் இந்தியாவில் எடுபட்டுவிட்டது. தொழில் அதிபர்களே தர்மவான்களாகத் தோற்றம் பெற்றனர். நமது சுதந்திரப் போராட்ட வரலாறே காந்தி போன்றவர்கள் சுதந்திரம் பெற்றுத் தந்ததாகச் சொல்லப்படுவதால் தனிநபர் துதி அரசியலில் முக்கியத்துவம் பெற்றுவிடுகிறது. இதை பூர்சுவா வர்க்கம் தனது அரசியல் ஆதிக்கத்தைத் தக்கவைக்கத் திறமையாகப் பயன்படுத்துகிறது.

ஆனால், ஐரோப்பிய நாடுகளில் முடிஆட்சி புரட்சிகளால் முடிவுக்கு வந்தது. முதலில் பிரிட்டன் நாட்டு மக்களே எழுந்தனர். பிரிட்டனில் ஆலிவர் கிராம்வெல் *(1599-1658)* புதிய படைகொண்டு ராஜவிசுவாசப் படையைத் தோற்கடித்து மன்னரைக் கைது செய்து மன்னரவையைக் கைப்பற்றினான். இங்கே சிந்தப்பட்ட குருதியால் இந்த மண்ணைக் கழுவ இயலாது. சிந்த வைத்தவன் குருதியைச் சிந்தினாலே இயலும் என்று மன்னனின் தலையைக் கொய்தான். சர்வாதிகாரியானான். இது மீண்டும் மன்னராட்சி தலைதூக்க வழி

வகுத்தது. பின்னர் பிரெஞ்சுப் புரட்சியின் தாக்கத்தால் அரசியலில் தலைவன் பக்தியும் ஆபத்து என்பதை அம்மக்கள் உணர்ந்தனர். 19ஆம் நூற்றாண்டில் மன்னர்கள் தெய்வப் பிறவி என்ற கருத்தும், அரசியலில் வழிநடத்த ஒரு ஒப்பற்ற தலைவன் தேவை என்ற கருத்தும், அறிவியல் வளர்ச்சியாலும் பாட்டாளி வர்க்க இயக்கத்தாலும் முறியடிக்கப்பட்டது. 20ஆம் நூற்றாண்டில் சோவியத் புரட்சியின் தாக்கத்தால் அனைவருக்கும் வாக்குரிமை என்ற நிலை வந்தது. பிரெஞ்சுப் புரட்சியின் நாயகன் ராபஸ்பியர். ஏழை, பணக்காரன் என்ற வேறுபாடு இல்லாமல் வயது வந்த அனைத்து ஆண்களுக்கும் வாக்குரிமை உண்டு என அரசியல் சட்டத்தைக் கொண்டுவந்து, பிரபுக்களின் சிம்மசொப்பனமானான். பிரெஞ்சு மன்னனையும் அவனது மனைவியையும் சிறைப்பிடித்தான். பின்னர், விசாரித்துத் தலைகளைக் கொய்தான். அங்கும் மீண்டும் மன்னராட்சி தலைதூக்கியது.

பயங்கர ஆட்சி நடத்தியதாகக் குற்றஞ்சாட்டப்பட்டு ராபஸ்பியர் கைது செய்யப்பட்டான். தண்டிக்கப்பட்டான். தலைகொய்யத் தள்ளப்பட்ட நேரத்தில் அவன் பிரெஞ்சு மக்களை எச்சரிக்கிறான். அந்த எச்சரிக்கை நாடாளுமன்ற ஜனநாயகம் என்ற முகமூடி அணிந்து சுரண்டும் வர்க்க ஆட்சி நடக்கும் இன்றைய எல்லா நாடுகளின் சுவர்களிலும் எழுதப்பட வேண்டும். முடிஆட்சியை எதிர்க்கும் இந்த மாவீரர்கள் சீசர்களாகவோ, கிராம்வெல்களாகவோ இருந்தால் அதிகாரத்தைத் தங்களுக்காக எடுத்துக்கொள்கிறார்கள். இவர்கள் மன்னர் அவையின் முதுகெலும்பற்ற பிரதிநிதிகளில் ஒருவராக இருந்தால் நல்லது செய்வதற்கு ஆர்வம் காட்டமாட்டார்கள். கெடுதல் செய்யத் துணியும் அபாயங்கள் ஆவார்கள்.

அப்பொழுது மீண்டும் அதிகாரத்தை அவர்களது எசமானர்களின் காலடியில் வைத்துவிடுவர். தலைமைச் சேவகனாக ஆக்கிட நிபந்தனை போட்டு எசமானனைத் தன்னிச்சையாக நடக்க உதவுவார்கள்.

❑

15

வாக்கு வங்கியும் திராவிடக் கட்சிகளும்

கடந்த காலங்களில் கொடுங்கோல் மன்னர்களை மக்கள் புரட்சிமூலமே அகற்ற முடிந்தது. மக்களாட்சி கட்டத்தில் பெரும்பான்மை மக்கள் வாக்களித்து ஆட்சியாளர்களை மாற்ற முடிகிறது. அதற்கென அரசியல் நிர்ணய சட்டம் உருவாக்கப்படுகிறது. நாடாளுமன்ற ஜனநாயகத்தில் பெரும்பான்மை வாக்காளர்களால் தேர்ந்தெடுக்கப்படும் பிரதிநிதிகளின் பெரும்பான்மை முடிவின்படி அமைச்சரவை நிர்வாகம் செய்யும். ஆனால் இந்திய அரசியல் நிர்ணய சட்டப்படி சட்டமன்ற உறுப்பினருக்கோ, நாடாளுமன்ற உறுப்பினருக்கோ பெரும்பான்மை வாக்குகள் தேவையில்லை

இந்திய ஜனநாயகத்தின் தேர்தல் முறை ஜனநாயகத்தை கேலிக் கூத்தாக்குவதை அடிக்கடி அனுபவிக்கிறோம். ஒருவர் ஒரு தொகுதியில் வெற்றி பெற பெரும்பான்மை வாக்காளர்கள் அதாவது 51 சத வாக்குகள் பெறவேண்டிய அவசியமில்லை. பலமுனைப் போட்டியை உருவாக்கினால் 34 சத வாக்கு போதும். இதன் விளைவாக இந்தியாவில் தேர்தலில் வெற்றி பெறுவதும் ஆட்சியிலமர்வதும் ரம்மி சீட்டாட்டம் மாதிரியான விளையாட்டாகிவிட்டது.. ரம்மி ஆட்டத்திலே வெற்றி பெற திறமை 1 சதம் போதும். அதிர்ஷ்டம் ஜோக்கர்கள் வடிவில் தேவை. இந்திய தேர்தலில் ஆட்சியைக் கைப்பற்ற அதிர்ஷ்டம் கை கொடுக்கவேண்டும். ஜோக்கர்களே வெற்றியை உறுதி செய்வர்.

இன்று தமிழ்நாட்டுத் தேர்தலில் இரண்டு கட்சிகள்தான் மிக அதிகமான பிரதிநிதிகளை தேர்வு செய்யமுடியும். ஆட்சியில் அமர அவர்களுக்கு குறைந்தது 117 சட்டமன்ற உறுப்பினர்கள் தேவை.

இரண்டு கட்சிகளையும் 117 எண்ணைத் தொடவிடாமல் தடுத்துவிட்டால் போதும். ஆட்சி மாற்றம் கை கூடும்.

ஊடக வழியாக ஆடிப் பாடி செல்வாக்கைத் திரட்டிய ஒரு நபர் ஆன்மிக பலத்தால் பணபலத்தை ஈர்த்து கட்சியைத் தொடங்கி. 20 தொகுதிகளைக் கைப்பற்றினால் போதும். அவர் தீர்மானிக்கிற கட்சிதான் ஆட்சியில் அமர முடியும். அதாவது, ஆட்சி செய்பவரை குதிரை வியபாரம் தீர்மானிக்கும்.

இந்தியாவில்தான் ஒருவர் ஆட்சியில் அமர கட்சியோ, கொள்கையோ, அரசியல் அறிவோ. மக்களுக்கு சட்டரீதியான உரிமைகளை பெற்றுத்தர சேவையோ தேவையில்லை இதனை தேர்தல் முறையில் உள்ள கோளாறாகப் பார்க்கவேண்டும்.

❑

16
தேர்தலும் கருத்துத் திணிப்பும்

வாக்கு வங்கி உருவாவதற்கான சமூகச் சூழலை பரிசீலிக்குமுன் தேர்தலில் வெற்றிபெறக் கையாளும் யுக்திகளைப் பற்றிய அறிமுகம் தேவை. தேர்தலுக்குப் பிறகு ஆட்சியைக் கைப்பற்ற குதிரை வியாபாரம் தேவை. தேர்தலில் வாக்குகளை அள்ள கருத்துத் திணிப்பு யுக்திகள் பெறும் பொருள் செலவில் தயாரிக்கப்படுகிறது. 2014 நாடாளுமன்றத் தேர்தலில்தான் முதன்முறையாக இந்திய பணக்கார அரசியல் கட்சிகள் கருத்துத் திணிப்பு யுக்திகளை உருவாக்க தனியார் துப்புதுலக்கும் நிறுவனங்களை ஏற்பாடு செய்கிற செய்தி வெளியே வந்தது. கேம்பிரிட்ஜ் அனலிட்டிக்கா என்ற நிறுவனத்தைப் பெரும் செலவில் கருத்துத் திணிப்பு யுக்திகளைத் தயாரிக்க ஏற்பாடு செய்ததாக காங்கிரஸ் கட்சிமீது பா.ஜ.க. குற்றம் சாட்டியது. காங்கிரஸ் பதிலுக்கு, பிரசாந்த் கிஷோர் நிறுவனத்தை பா.ஜ.க. பயன்படுத்தியதாகக் குற்றம் சாட்டியது. 2017 அமெரிக்கத் தேர்தலில் டிரம்ப் வெற்றிக்குப் பிறகு பிரிட்டன் நாட்டு நிறுவனமான கேம்பிரிட்ஜ் அனலிட்டிகா துப்பறியும் நிறுவனத்தின் கருத்துத் திணிப்பு யுக்திகளை எவ்வாறு உருவாக்குகிறது என்பது வெளிச்சத்திற்கு வந்தது

கேம்பிரிட்ஜ் அனலிட்டிகா என்ற பன்னாட்டு நிறுவனத்தின் தொழிலே அரசியல் யுக்திகளைத் தயாரித்துக் கொடுப்பதாகும். கேம்பிரிட்ஜ் அனலிட்டிகா பிரிட்டன் நிறுவனமாக காட்சி தருகிறது என்றாலும் ஹெட்ஜ் ஃபண்ட் நடத்தும் அமெரிக்க ராபர்ட் மெர்சர் குடும்ப முதலீடே ஆதிக்கம் செலுத்துகிறது. ஃபேஸ்புக்கிலிருந்து தகவல்களைத் திருடுகிறது என்ற குற்றச்சாட்டிற்கு அது கொடுத்த விளக்கமே எதையும் மறுக்கவில்லை. அரசியலுக்காக தகவல்களைத் தோண்டுதல் மற்றும் கருத்துருவாக்குதல் தனது தொழில் என்று விளக்கம் கொடுத்தது. அமெரிக்க ஜனாதிபதி தேர்தலில் டிரம்ப் வெற்றி பெற ஆலோசனை வழங்கியதாகக் கூறுகிறது. அதற்குமுன் டிரம்பின் கட்சியில் வேட்பாளருக்கான போட்டியில் டிரம்போடு போட்டியிட்ட டெட் குரூஸ் என்பவருக்கு ஆலோசனை வழங்கியதாகவும் கூறுகிறது. இது தவிர பல நாடுகளின் அரசியல் தலைவர்களுக்கு ஆலோசனை வழங்கியதாக ஒரு பட்டியலைக்

காட்டுகிறது. அரசியல் ஆலோசனை வழங்குவது எங்களது தொழில் என்று மார்தட்டுகிறது.

உதாரணமாக, 2014 தேர்தலில் வெளிநாட்டில் பதுங்கி இருக்கும் கள்ளப் பணத்தைக் கொண்டுவந்து ஒவ்வொரு குடும்பத்திற்கும் 15 லட்சம் ரூபாயை வங்கி கணக்கில் சேர்ப்பதாகச் சொன்ன மோடி வாக்குறுதியை அறிவோம். இது மோடியின் சரக்கல்ல. அவருக்கு ஆலோசனை வழங்கிய அரசியல் கன்சல்டன்சி நிறுவனத்தின் சரக்காகும். கள ஆய்வு மூலம் வாக்காளர்கள் இந்த வாக்குறுதியை எப்படி மதிக்கிறார்கள், எதிர்க்கட்சிகள் இதனை எப்படி விமர்சிக்கின்றன, இதை நம்புகிற வாக்காளர்கள் ஒரு பகுதி, இது ஓர் ஏமாற்று என்று கருதுவோர்கள் இன்னொரு பகுதி.

இந்த ஆலோசனைகள் அமலானால் பொருளாதாரரீதியாக விலைகள் தாறுமாறாக உயரும். மக்கள் கொந்தளிப்பர். இறுதியில் ஜெர்மனியில் ஹிட்லரின் சர்வாதிகார ஆட்சிக்கு வழிவகுத்ததுபோல் இங்கும் வழிவகுக்கும் என்று அறிவியல்பூர்வமான எச்சரிக்கையை எவ்வளவு பேர் நம்புவார்கள். எவ்வளவுபேர் அனலிட்டிகா கட்டமைக்கும் செய்திகளை நம்புவார்கள் என்பதையெல்லாம் தகவல் சேகரித்து அதற்கேற்ப வாக்குறுதிகளை மெருகேற்றி வெளியிடுவார்கள். கள ஆய்வோடு முகநூலில் பங்கு பெறுவோரின் மனப்பாங்குகள் பற்றிய தகவல்களையும் சேகரிப்பர். முக்கியமாக ஆதார் அட்டையோடு இணைக்கப்படும் இதர தகவல்களையும் திருடி சேகரிப்பர்.

எத்தகைய தகவல்கள் உணர்ச்சிகளை தூண்டும் தகவல்களை அறிவியல்ரீதியாக நாடுகிற மனப்பாங்கு, தகவல்களை கண்மூடித்தனமாக நம்புகிறவர்கள் என்று முகநூலில் வருகிற உரையாடல்களை வைத்து உத்தேசக் கணிப்பிற்கு வருவர். அதனடிப்படையில் அரசியல் முழக்கங்களை உருவாக்குவர். தலைவர்களின் பேச்சைத் தயாரிப்பர். சமீப காலம்வரை முதலாளித்துவ அரசுகளின் உளவுத்துறை பின்பற்றும் மானுட உளவியல் நுணுக்கங்களைக் கையாள்வது கார்ப்பரேட் நிறுவனங்களின் தொழிலாகிவிட்டது.

இந்தியாவில் பிரசாந்த் கிஷோரின் துப்பறியும் நிறுவனம் முதலில் பா.ஜ.க. விற்கு அரசியல் வியூகவாதியாகப் பணியாற்றியது, பின்னர் அவர் மோடி, ஜேடி(யு), ஐஎன்சி, ஆம் ஆத்மி, ஒய்எஸ்ஆர்சிபி, திமுக, டிஎம்சி ஆகியவற்றிற்கு உதவி செய்து வெற்றியை ஈட்டிக்கொடுத்து பணியாற்றினார்.

பொதுவாக நவீன தொழில்நுட்பங்கள் அனைத்தும் பயன்படுத்துவோரைப் பொருத்து விளைவுகளை உருவாக்கும். துப்பறியும் தொழில்நுட்பம் ஜனநாயத்தைக் கேலிகூத்தாக்கப் பயன்படுவது, தமிழ்ச் சமூகம் சந்தித்துத் தாண்ட வேண்டிய சோகமாகும்.

மார்க்ஸ் முதலாளித்துவ உற்பத்தி முறையின் தோற்றத்தைக் குறிப்பிடுகையில், "விஞ்ஞானமும் தொழில்நுட்பங்களும் பேரழிவு ஆயுதங்கள் செய்யவும் அரசியல்ரீதியாக உழைப்பாளி மக்களை அடக்கி ஆளவுமே பயன்பட்டன. பாட்டாளிவர்க்க புரட்சி மூலமே அந்தத் தொழில்நுட்பங்கள் மானுட மேன்மைக்குப் பயன்படும் நிலை வரும்" என்றார்.

பெரும்செலவில் தயாரிக்கப்படும் சினிமாபோல் கருத்துத் திணிப்பும் பல கோடிகளை விழுங்கும் தொழிலாகும். கருத்துத் திணிப்பு மூன்று கட்டங்களில் இயங்கும். முதல் கட்டம் விசுவாச வட்டம் பற்றி மதிப்பீடு செய்வர். இதனை பெஞ்ச் மார்க் ஆய்வு என்பர். ஊடகங்கள் வாயிலாக இந்தக் கணிப்பு பல மட்டங்களில் விவாதப் பொருளாக அரைபடும். கருத்துக் கணிப்பு நிபுணர்கள் பரபரப்பைக் காட்டாமல் அடுத்த கட்டமாக சம்பந்தப்பட்ட கட்சிகளின் பிரச்சாரத்தினால் ஏற்படும் மாற்றங்களைக் கணக்கெடுப்பர். பிறகு தேர்தல் வரை வாரா வாரம் நிலமைகளை ஆராய்வர். அதற்கேற்ப மக்களின் கவனத்தை எதில் மையப்படுத்த வேண்டும் என்பதைத் தீர்மானிப்பர். கடந்த தேர்தலில் மதுவிலக்குப் பரபரப்பை ஊடகங்கள் கொண்டுவந்தன. மக்களை வதைக்கும் குடிநீர்ப் பஞ்சம், ஊழல், சுருங்கும் கல்வி வாய்ப்புகள், வேலை இல்லாத் திண்டாட்டம், அரசின் கொள்கைகள், சலுகைகளாக ஆக்கப்பட்ட ஜனநாயக உரிமைகள் இவை எல்லாம் ஊடக விவாதங்களில் முன்னுக்கு வராமல் பார்த்துக்கொள்வர்.

அதிமுகவின் அம்மா, திமுகவின் நமக்கு நாமே போன்ற மணக்கும் சொற்கள் முடிவெடுக்கத் திணறும் வாக்காளர்களைக் குறிவைத்துப் பிரபலப்படுத்தப்பட்டன.

இந்தக் கருத்துத் திணிப்பு எல்லாக் காலத்திலும் வெற்றிபெறும் என்று சொல்ல முடியாது. உதாரணமாக, 2015 பீகார் தேர்தல் கணிப்பு உள்ளது. அதில் ஜெயிக்கிற கட்சி என்ற தோற்றத்தை பா.ஜ.க. மக்களிடையே உருவாக்க நினைத்த பேண்ட்வேகன் விளைவு எதிர்பார்த்தபடி ஏற்படவில்லை. 33 சதவீத எல்லையைத் தாண்டவில்லை.

பா.ஜ.க. 24 சதவீத வாக்குகளே பெற்றது. 34 சதவீத வாக்குகளைப் பெற்ற நித்திஷ்குமார், லாலு கூட்டு ஆட்சியைப் பிடித்துவிட்டது. நமது தேர்தல் அமைப்பில் உள்ள வாய்ப்பு என்னவெனில், பலமுனைப் போட்டியாக இருந்தால் பெட்டியில் விழுந்த வாக்குகளில் 33 சதவீத எல்லையைத் தாண்டினால் போதும், வெற்றி பெற்று விடலாம். உதாரணமாக, 1977ல் 33.5 சதவீத வாக்குகள் பெற்று எம்.ஜி.ஆர்., ஆட்சியைப் பிடித்தார். 1989இல் 33.2 சதம் வாக்குகள் பெற்று கலைஞர் ஆட்சியைப் பிடித்தார்.

2014 நாடாளுமன்றத் தேர்தலில் 44 சதவீத வாக்குகளில் 38 இடங்களை அம்மா பிடித்து தெய்வமாகக் காட்சி தந்தார். இதிலிருந்து ஒன்று தெளிவாகும். இந்த இரு கட்சிகளும் போடும் மணக்கணக்கு என்னவெனில், தங்களது வாக்குச் செல்வாக்குள்ள 120 முதல் 130 வரையிலான தொகுதிகளில் 34 சதவீத வாக்குகளைக் குறி வைத்து அதிகக் கவனம் செலுத்தினால் ஆட்சியைப் பிடித்துவிடலாம் என்பதே. தங்களுக்கு விசுவாசமாக இருக்கும் வாக்காளர்கள் மூலம் ஊசலாடும் வாக்காளர்களைத் தங்கள் பக்கம் இழுக்க பண பலம், ஆசை வார்த்தைகள் போன்றவற்றைப் பயன்படுத்துவார்கள் எல்லாவற்றையும்விட கிசுகிசுக்கள் மூலம் முடிவெடுக்க வைத்துவிடுவார்கள்.

தமிழ்நாட்டில் கடந்த காலங்களில் தொகுதி உடன்பாடுகள் என்பது பொது எதிரியைக் குறிவைத்துக் கொள்கையற்ற, ஜெயிக்கிற கட்சி பேண்ட்வேகன் ஏற்பாடாக இருந்தன. அதன் விளைவாக அரசியலில் சீரழிவு வேகப்பட்டது. இந்தச் சீரழிவைத் தடுப்பது எப்படி என்பதே நமது அக்கறையாகும். ஒரு சித்தாந்தப் போர் இல்லாமல் இந்தச் சீரழிவு அகலாது. அதை நடத்துவது எப்படி என்பது அடுத்த பிரச்சனையாகும்.

தனிநபர் துதி. தமிழ் இனத்தைப் பிற இனத்தவர் வேட்டையாடுகிறார்கள் அல்லது ஆதிக்கம் செலுத்த முயலுகிறார்கள் என்ற சித்திரம். அதிகாரத்தைச் சொத்துக் குவிக்கப் பயன்படுத்துவது அதர்மம் அல்ல என்ற மன்னர்கள் கால மரபைப் பேணுவது. தமிழர்கள் பண்பாட்டைப் பேணுகிறவர்கள் என்ற தோற்றம். இவையே இனமான அரசியலின் அடிப்படைகள் ஆகும். விநோதம் என்னவெனில், இனமான அரசியல்வாதிகள் சமத்துவ மற்றும் உலகளாவிய அறிவியல் வளர்த்த பகுத்தறிவு அடிப்படைகளோடு மேலே குறிப்பிட்ட அசமத்துவ பழைமைவாத நடைமுறைகளைப் பொருத்திவிடுகிறார்கள். இது எப்படிச் சாத்தியமாகிறது. இதை அம்பலப்படுத்துவதில் உள்ள சிரமங்கள் என்ன?

❑

17

தேர்தல்–உள்ள கிளர்ச்சி –கேள்வி ஞானம்

பொதுவாக ஒருவர் யாருக்கு வாக்களிப்பது என்ற முடிவு எடுக்க எதனை அடிப்படையாகக் கொள்கிறார் என்ற கேள்விக்கு மானுடவியல் ஆய்வாளர்கள் பல கோட்பாடுகளை உருவாக்கிக் கள ஆய்வுகள் நடத்தி வருகின்றனர். அரசியல் வியாபாரிகள் முதல் புரட்சிகர சமூக மாற்றங்களைக் கொண்டுவர ஆர்வம் கொள்ளும் கிளர்ச்சிப் பிரச்சாரகர்கள் வரை அனைவருக்கும் இந்த ஆய்வுகள் அவசியமாகின்றன. அது பற்றி ஓர் அறிமுகம் கீழே உள்ளது. விசுவாச வாக்காளர் வட்டத்தை நிர்வகிக்க திராவிடர் கட்சிகளால் எவ்வாறு முடிகிறது என்பதைப் புரிந்துகொள்ள இந்த ஆய்வுகள் உதவுகின்றன.

நவீன முதலாளித்துவ உலகில் அரசியலும் ஒரு சந்தையே. உற்பத்தி செய்யும் சரக்கிற்கு மக்களை விசுவாசியாக ஆக்காமல் எந்த ஒரு நிறுவனமும் சந்தைப்போட்டியில் நிலைக்காது. அதுபோல் இந்த அரசியல் சந்தையிலும் மக்களின் விசுவாசத்தைக் கணக்கில் கொள்ளாமல் எந்த ஒரு கட்சியும் இந்தச் சந்தையில் நீடிக்க இயலாது. எனவே, சந்தைமய உலகில் அரசியல் கட்சிகளுக்கும் வர்த்தக நிறுவனங்களுக்கும் மக்களின் கருத்தை அறியவும் அல்லது அவர்களை ஏற்க வைக்கவும் முயற்சிகள் தேவைப்படுன்றன. கருத்துருவாக்கம் என்பது ஒரு சமூகத்தில் நிலவும் பண்பாடுகளின் செல்வாக்கைப் பொறுத்து அமைகிறது. சான்றாக முதலாளி-தொழிலாளி உறவு ஐரோப்பியப் பண்பாட்டின்படி வர்த்தக உறவு என்ற கருத்திற்கே செல்வாக்கு அதிகம். இந்தியப் பண்பாட்டில் அதுவே (முதலாளி) ஈவோரின்-(தொழிலாளி) இரப்போன் உறவு என்ற கருத்திற்கே செல்வாக்கு அதிகம்.

ஆதலால், நவீன சமூகத்தில் மக்களின் கருத்தறிதல், கருத்துருவாக்குதல் என்ற இரண்டும் இன்று மானுட இயல் துறையில் முக்கிய ஆய்வுப் பொருள்களாக ஆகிவிட்டன. எல்லாப் பல்கலைக்கழகங்களிலும் பாடங்களாக உள்ளன. முதலாளித்துவ நாடாளுமன்ற ஜனநாயகம் உள்ள நாடுகளில் அது ஒரு நிபுணத்துவம் மிக்க தொழிலாக வளர்ந்துள்ளது. பொய்மையை வைத்து உருவாக்கப்படும் கருத்திற்கு ஆட்படும் சமூகம் அதனை சரிசெய்ய

எவ்வாறு போராடுகிறது என்பதையும் அறிய பல நாட்டு அனுபவங்களோடு ஆய்வுகள் உள்ளன. சில பொய்கள் நீர்க்குமிழிபோல் தோன்றி மறைகின்றன. மதிப்பிழக்கின்றன. சில மூத்த பொய்மைகள் சாக மறுக்கின்றன. உடலுழைப்பு அவமானம். பெண்மை என்றாலே பலகீனம். மானுட உறவில் மேலோர், கீழோர் என்ற பார்வை போன்ற மூத்த பொய்மைகள் இன்னும் மதிப்பிழக்கவில்லை. சமத்துவ உறவைக் கனவுலகக் கற்பனை எனக் கருத வைப்பதைக் காண்கிறோம். இந்த மூத்த பொய்மைகள் நீடிப்பதால் ஏற்படும் அரசியல் சீரழிவைப் பற்றி ஏராளமான ஆய்வுகள் உள்ளன.

‘கெட்டிக்காரன் புளுகு எட்டு நாளைக்கு’ என்ற சொலவடையை அறிவோம். ஆனால், அனுபவம் வேறுமாதிரி இருக்கிறது. அரசியலில் கெட்டிக்காரன் புளுகுகளின் செல்வாக்கிற்கு கால நிர்ணயம் செய்ய இயலாது. சித்தாந்தப் போரின் தன்மையைப் பொருத்தே அந்தப் புளுகுகளின் தலைவிதி அமையும் என்பதை மக்களின் போராட்ட வரலாறு காட்டுகிறது. நவீன அரசியல் சந்தையில் கிசுகிசுக்கள் மூலம் கெட்டிக்காரன் புளுகு எந்த வகையில் நீட்டிக்க வைக்கப்படுகிறது என்பதைச் சில ஆய்வுகள் சுட்டிக்காட்டுகின்றன.

கஹ்னேமென் டேனியல் என்ற இஸ்ரேல் நாட்டு உளவியல் பேராசிரியர் பங்குச் சந்தையில் எந்த நிறுவனத்தின் பங்குகளை வாங்குவது என்று ஒருவர் முடிவெடுக்க கிசுகிசுவால் உருவாகும் கேள்வி ஞானம் எவ்வாறு தீர்மானிக்கிறது என்பதை ஆராயப் புகுந்தார். எப்படி இந்தக் கேள்வி ஞானம் தவறுகளுக்கு இட்டுச்செல்கிறது. அவ்வாறு நிகழாமல் தடுக்க என்ன செய்வது என்பதை விளக்கிய ஆய்விற்கு 2003ஆம் ஆண்டில் நோபல் பரிசைப் பெற்றார். அவசரமாகவும், நிதானமாகவும் சிந்திப்பது என்ற அவரது நூல் அவரது கண்டுபிடிப்பை விளக்குகிறது. கஹ்னேமென் எழுதிய, ‘அவசரப்பட்டும்,மெல்லவும் சிந்திப்பது’ என்ற நூல் கிசுகிசு எப்படி பங்கு வாங்குவதில், அரசியல் நிலைப்பாடு எடுப்பதில் மற்றும் பொருள்கள் வாங்குவதில் முடிவெடுக்க ஒருவருக்கு உதவுகிறது என்பதை விரிவாக ஆராய்கிறது. அதன் துவக்க வரிகள் கிசுகிசுக்களின் முரண்பட்ட விளைவுளை நமக்குக் காட்டுகிறது. கஹ்னேமென் கூறுகிறார்:

‘யாராவது படித்தால் பயன்பெறுவர் என்ற நோக்கத்தோடுதான் புத்தகம் எழுதுகிறவர் கருதுவார். எனது நோக்கம் அலுவலகங்களில்

புகழ்மிகு குளிர் குடிநீர்ப் பெட்டி அருகே நடக்கும் கிசுகிசுக்கள் மற்றும் தகவல் பரிமாற்றம் ஆகியவற்றுக்கும் ஒருவர் முடிவெடுப்பதற்கும் உள்ள உறவை ஆராய்வது ஆகும். அங்கே நிறுவனத்தின் புதிய கொள்கைகள் அல்லது சக ஊழியனின் முதலீட்டு முடிவுகள் இவை மீது தீர்ப்பு வழங்கப்படும். இந்த வம்பளப்பில் நமக்கு ஏன் இவ்வளவு அக்கறை? ஏன் என்றால் தன்னுடைய தவறுகளை ஏற்பதைவிட ஏதிலார் குற்றத்தைக்கண்டு முத்திரை குத்துவது எளிது மட்டுமல்ல, மற்றதைவிட அதிக உவகை தருவதாகும். நாம் எதை நம்புகிறோம், எதை விரும்புகிறோம் என்பதைப் பல சமயங்களில் பரிசீலிப்பது கடினமாக இருந்துவிடும். குறிப்பாக, என்ன செய்வது என்பதை முடிவுசெய்ய அவசியம் நேர்கிறபோது மிகவும் கடினமாக இருக்கும். அத்தகைய தருணத்தில் விவரம் அறிந்தோர் கருத்து நமக்கு உதவும். நம்மில் பலர் நம்முடைய கருத்திற்கும் மதிப்பீட்டிற்கும் நம்முடைய கூட்டாளிகள் என்ன கருதுகிறார்கள் என்பதை அறிய ஆவல் கொள்கிறோம். புத்தி பூர்வமான கிசுகிசு ஒருவரை அக்கறையோடு சுயவிமர்சனம் செய்யத் தள்ளிவிடும் உந்துசக்தியாகும். அதோடு வருடத் தொடக்கத்தில் தயங்காமல் முடிவெடுக்க உறுதிமொழி எடுத்து செயல்படத் தீர்மானிப்பதைவிட இது சக்தி மிக்கதாகும்'' என்று நூலின் தொடக்கத்தில் குறிப்பிடுகிறார்.

மேலும், இந்தப் புத்தகம் ஒருவரது உள்ளுணர்வு தவறாகப் போவதை அதிகம் விவாதிக்கிறது. அதோடு கிசுகிசுவால் உந்தப்படும் முடிவு எவ்வாறு தவறுகிறது என்பதையும் விவாதிக்கிறது. ஓர் அழகான ஆணோ, பெண்ணோ கூறுகிற கருத்துக்களை ஏற்பதில் மக்கள் முன்னுரிமை கொடுப்பதைக் காண்கிறோம். அது ஒளிவட்ட விளைவு எனப்படுகிறது (ஹலோ எபக்ட்).

என்னுடைய நோக்கம் அலுவலகங்களிலே குளிர் குடிநீர்ப் பெட்டி அருகே நடக்கும் கிசுகிசுக்களை மேன்மைப்படுத்தி தவறுகளை அடையாளம் காண உதவுவது. அதோடு, இத்தகையவற்றை விவாதிக்க தெளிவான சொல் களஞ்சியத்தைத் தயாரிப்பது ஆகியவையே. சுருக்கமாகச் சொன்னால் இந்த நூல் எண்ணித் துணிக என்பதோடு எவ்வாறு எண்ண வேண்டும், எதனைக் கிசுகிசுக்களாக ஆக்க வேண்டும் என்பதையும் விவாதிக்கிறது.

மேலும் அவர் எழுதுகிறார்... 'மக்கள் எப்போதும் தவறு செய்கிறார்கள் என்று நான் கூறவில்லை. ஒரு மருத்துவர் வியாதிகளை

ஆராய்ந்து அதற்குப் பெயர் சூட்டி வைப்பதால் உடல் ஆரோக்கியமாக உள்ளவர்களே இல்லை என்று அவர் மறுப்பதாகக் கருத முடியாது. மக்கள் சரியான முடிவுகளை எடுக்கும் புத்தி உள்ளவர்களே. தவறுகள் நேர்கிற சந்தர்ப்பங்களும் உண்டு. அதனை அடையாளம் கண்டு தவிர்க்க புத்திபூர்வமான கிசுகிசுக்களை உருவாக்குவது எப்படி என்பதையும் அதனை விவாதிக்கத் தேவையான சொற்களஞ்சியத்தையும் இந்த நூல் விவாதிக்கிறது' என்கிறார்.

அடுத்து, நமது கவனத்தை ஈர்ப்பது நிக்கோபெஸ்னியர் எழுதிய 'கிசுகிசுவும் அன்றாட அரசியல் உற்பத்தியும்' என்ற புத்தகம்.

2009இல் வெளிவந்த இந்தப் புத்தகமும் கிசுகிசுக்களின் அரசியல் விளைவுகளைக் கள ஆய்வுமூலம் தேடியதைக் கூறுகிறது. நிக்கோபெஸ்னியர் பிற ஆய்வாளர்கள் உருவாக்கிய உளவியல் கோட்பாடுகளைக் கள ஆய்வுமூலம் சேகரித்த தகவல்களை வைத்து அலசுகிறார். இவர் தனது கள ஆய்விற்குத் தேர்ந்தெடுத்த நாடு பசிபிக் கடலில் இருக்கும் துவாலு என்ற சிறிய தீவு நாடு. பிரிட்டிஷ் காலனியாக இருந்த இந்தத் தீவு 1978ல் தனிநாடாக அறிவிக்கப்பட்டது. யுனைட்டெட் கிங்டம் என்ற பிரிட்டிஷ் நாடுகளில் இதுவும் ஒன்று. இதன் மொத்தப் பரப்பளவு 10 சதுர மைல். மக்கள் தொகை 11 ஆயிரம். இங்கே ஒரு 15 உறுப்பினர்களைக் கொண்ட நாடாளுமன்றம் உள்ளது. இங்கே அரசியல் கட்சி என்பதே இல்லை. ஒரு கட்சிகூட இல்லாமல் அரசியல் இருக்க முடியுமா? இருக்கிறது என்று சொல்ல இந்தக் கடுகு நாடு உள்ளது. துவாலு நாட்டின் நுக்குலே லியா பகுதியில் வசிக்கும் மக்கள் அரசியல் முடிவுகளை எவ்வாறு எடுக்கிறார்கள் என்பதைத் தனது கள ஆய்விற்கு உட்படுத்துகிறார். இந்த ஆய்வு அரசியலில் கிசுகிசுவின் பங்களிப்பையும் மக்கள் கலந்தரையாடலில் புழங்கும் சொற்களின் மனக்கிளர்ச்சி அடையவைக்கும் திறனையும் மதிப்பீடு செய்கிறது.

கிசுகிசுக்கள் மூலம் மக்கள் வேறுபாடுகளை அசமத்துவமாக்கி அதிகார அமைப்பை ஆதரிக்கவோ, எதிர்க்கவோ செய்கின்றனர் என்பதை அவரது முடிவாகக் கூறுகிறார். கிசுகிசுத்தல் அரசியலின் மையச் செயலாக உள்ளது என்பதை நிக்கோபெஸ்னியர் ஆய்வு நமக்குக் காட்டுகிறது.

அவர் எழுதுகிறார் : 'மனக்கிளர்ச்சியும் அறமும் பண்பாட்டைச் சார்ந்தது என்று மானுடவியலாளர்கள் கருதினர். பண்பாடு என்பது ஒரு சமூகத்திற்குள்ளேயே பலவிதமாக உள்ளது. இவற்றைப்

பண்பாடு என்ற ஒன்றிற்குள் அடக்க இயலாது. இரண்டையும் தனித்தனியாக ஆய்விற்கு உட்படுத்தப்போவதாகக்' கூறுகிறார்.

நான் மனக்கிளர்ச்சியின் (எமோஷன்) அரசியல் தன்மையையும் அரசியலில் இருக்கும் மனக்கிளர்ச்சியின் தன்மையையும் தேடுகிறேன். இந்த அரசியலைப் பெரிய அளவில் நடக்கும் பன்னாட்டு உழைப்புச் சந்தை, வரலாற்றுக் கொந்தளிப்பு, பிறரிடம் தன்னைக் காட்டிக்கொள்ளும் ஆர்வம், தொடர்புகொள்ளக் கிடைக்கும் புதிய மற்றும் பழைய தொழில்நுட்பங்கள் மற்றும் புவிவெப்ப உயர்வால் ஏற்படும் சூழல் மாற்றங்கள் இவற்றோடு தொடர்புபடுத்தியும் தேடுகிறேன்.

சொற்களின் உணர்ச்சி வயப்படவைக்கும் திறனைக் கணக்கிலெடுக்கும் மானுட இயலுக்கு இந்த நூல் ஒரு பங்களிப்பாகும் என்கிறார்.

அதிகார உறவு, சரக்குப் பரிவர்த்தனை, வரலாற்று ஆக்கம் இவற்றில் இருக்கும் சொற்களின் பரிமாற்றம் இவற்றில் எனது ஆய்வு குறிவைத்துள்ளது.

நிபுணர்களுக்கு மட்டுமே புரியும் மொழியில் எழுதப்பட்டிருந்தாலும் அரசியலில் கிசுகிசு முக்கியப் பங்கு வகிக்கிறது என்பதையும் அரசியலிலும் உணர்ச்சிவயப்பட்டே மக்கள் முடிவு எடுக்கிறார்கள் என்பதையும் இந்த நூல் தெளிவாக்குகிறது.

கஹ்னேமென் கிசுகிசுவை மேன்மைப்படுத்துவது பற்றிக் கூறியதும் மக்கள் எதையும் மனக்கிளர்ச்சியோடுதான் அணுகுகிறார்கள் என்ற நிக்கோபெஸ்னியர் கருத்தும் நமக்கு ஒன்றை உணர்த்துகிறது. தமிழகத்தில் அரசியல் வியாபாரிகள் விதைக்கும் கிசுகிசுக்களே அரசியல் சீரழிவிற்குக் காரணம் என்பதை நாம் அறிவோம். அதற்கு மாற்று தேவைப்படுகிறது. அந்த மாற்றின் விளைவு திட்பமிக்கதாக இருக்க வேண்டுமானால் வரலாற்றுரீதியாக அடையாளப்படுத்துவது அவசியம்.

பிற சமூகங்களில் இருப்பதுபோலவே தமிழ்ச் சமூகத்திலும் கஹ்னேமென் கூறியதுபோல் கிசுகிசுக்களை மேன்மைப்படுத்தும் போராட்ட மரபு உண்டு. பொதுவாக கிசுகிசு, வதந்தி ஆகியவை ஆதிகாலத்திலிருந்து ஒரு தீய அம்சமாக இங்கும் கருதப்பட்டது. மன்னர்கள் காலத்திலிருந்தே அரசுகள் கிரிமினல் குற்றமாகக் கருதித் தண்டிக்கின்றன. அதேவேளையில் ஆதிகால ஞானிகள் கிசுகிசுக்கள்

என்பவை நன்மையும் தீமையும் கலந்து கிடக்கும் ஒரு மானுட இயல்பாகக் கருதினர். இது பற்றி திருக்குறள் சொல்வது கவனிக்கத்தக்கது. கிசுகிசுவை செவிச் செல்வம் எனக் குறிப்பிட்டு 10 குறள்கள் உள்ளன. செல்வத்துட் செல்வம் செவிச்செல்வம் என்பது குறள் வாக்காகும்.

'கேட்பினும் கேளா தகையவே கேள்வியால்

தோட்கப் படாத செவி'

என்கிறது இன்னொரு குறள்.

'பிழைத்துணர்ந்தும் பேதைமை சொல்லா ரிழைத்துணர்ந்து

ஈண்டிய கேள்வி யவர்'

இதன் பொருள், நுட்பமாக உணர்ந்து நிறைந்த கேள்வியறிவை உடையவர் ஒருகால் பொருள்களைத் தவறாக உணர்ந்திருந்தாலும் பேதைமையாக ஒன்றைச் சொல்லார். கேள்வி ஞானத்தைச் செவிச்செல்வம் என்று குறிப்பிட்ட அதே வள்ளுவர் தரக்குறைவான கிசுகிசுவின் தீய விளைவுகளைச் சுட்டிக்காட்ட புறம் கூறாமை பற்றி 10 குறள்கள் எழுதியுள்ளார். அவற்றில்,

'அறங்கூறான் அல்ல செயினும் ஒருவன்

புறங்கூறான் என்றல் இனிது'

'ஏதிலார் குற்றம்போல் தம்குற்றம் காண்கின்பின்

தீதுண்டோ மன்னும் உயிர்க்கு'

ஆகிய இரண்டு குறள்களும் இங்கே குறிப்பிடத்தக்கன. பழிச்சொல் எவ்வாறு காதல் உணர்வை வலுப்படுத்துகிறது என்பதைக் காட்டவும் 10 குறள்கள் உள்ளன.

'ஊரவர் கவ்வை எருவாக அன்னைசொல் நீராக நீளும் இந்நோய்' என்று ஒரு குறள் கூறுகிறது. கவ்வை என்றால் பழிச்சொல் என்று பொருள் (தமிழில் இத்தகைய சொற்கள் வழக்கில் இல்லாமல் போனது வருந்ததக்கது).

ஆதிக் காலத்தில் நடந்த கிசுகிசுத்தல் முறை வேறு. மரத்தடி, படித்துறை, கிணற்றடி, கோயில் பிரகாரம், திண்ணை போன்ற இடங்கள் சேக்காளிகள் கருத்துப் பரிமாறும் இடங்களாக இருந்தன. நவீன காலத்தில் அலுவலகங்களிலே குடிநீர்ப்பெட்டி மட்டுமல்ல,

தொழிற்சாலைகளின் டாய்லெட் பகுதி, இதற்கென ஒரு பகுதி சுத்தமாக வைத்து ஒதுக்கப்படும். அங்கு போராட்டத்திற்கான வடிவம் கிசுகிசு மூலம் உருவாக்கப்படும். 1857இல் சிப்பாய்களின் எழுச்சி சப்பாத்தி வலம் (சப்பாத்திப் பரிமாற்றம்) மூலம் தகவல் பரவியதாகக் கூறப்படுகிறது.

நவீன காலத்தில் வலைத்தளத் தொடர்பு மெரினா இயக்கத்தைக் கட்ட உதவியதை அறிவோம். இது மிகைப்படுத்திக் கூறவும் படுகிறது. அலுவலகங்கள், தொழிற்சாலைகள், வாடிக்கை ரயில் பயணம் மற்றும் ஊடகச் செய்திகள் இவற்றில் உருவாகும் கிசுகிசுக்களோடு இணையாமல் நவீன கைபேசிகள் தனியாக இயக்கத்தைக் கட்ட இயலாது.

கிசுகிசு செல்லுபடி ஆக வேண்டுமானால் அது எந்த அளவிற்கு மனக்கிளர்ச்சி அடையச்செய்கிறது என்பதைப் பொருத்தே உள்ளது. திராவிடர் இயக்கத்தினர் ஆரிய, திராவிடப் பகைமை என்ற வரலாற்றுக் கற்பிதம் தமிழ்ச் சமூகத்தில் மனக்கிளர்ச்சி அடையவைக்கிறது என்பதைப் பயன்படுத்துகின்றனர்.

அந்த நம்பிக்கையைப் பலப்படுத்துவதில் வரலாற்றுத் தகவல்களை மடித்துக் கூறுகின்றனர். நதிநீர் தாவா, மீனவர் பிரச்சினை, ஒன்றிய மாநில அதிகாரப் பகிர்வுப் பிரச்சனை, ஜல்லிக்கட்டு போன்ற மரபு வழி விளையாட்டு, தொடர்பு மொழி ஆங்கிலமா, இந்தியா என்ற பிரச்சனை போன்றவற்றை வைத்து எளிதில் மக்களின் மனங்களைக் கிளர்ச்சி அடையச்செய்ய இனமான இயக்கத்தினர் ஈடுபடுவதைக் காணலாம். இதன் மூலம் தமிழையும் தமிழனையும் உலகமே வேட்டையாடுகிறது என்ற தோற்றத்தை உருவாக்கி வருகின்றனர். இந்தக் கோணத்தில் செய்திகளைக் கிசுகிசுக்களாக்குகின்றனர். இனமான கிசுகிசுக்கள் தமிழக அரசியலில் பெரும்பங்காற்றுகின்றன.

திராவிடக் கட்சிகள் இனமானப் பார்வையை வலுப்படுத்த போட்டி போடுவதைக் காணலாம். மக்களின் பிரச்சனைகளுக்கு எவ்வாறு இனச்சாயம் பூசுகிறார்கள் என்பதை ஸ்துலமாக ஆராயும்போதுதான் இது புலப்படும். முதலில் தி.க.வின் பகுத்தறிவு இயக்க வரலாற்றை அறிந்தால்தான் அதன் சிதறலைப் புரிந்துகொள்ள முடியும்.

❑

18

இனமான அரசியல் சீரழிவின் துவக்கம்

பெரியாரின் திராவிட இயக்கப் புகழைத் தர அடையாளமாக வைத்திருக்கும் தி.மு.க., அ.இ.அ.தி.மு.க. என்ற இரு கட்சிகளும் பகுத்தறிவை. அறிவியலை மறுக்கும் பழைமைவாதமாகவும் சுயமரியாதை உணர்வைத் தனிநபர் துதியாகவும் சீரழிக்க முடிந்தது. எப்படி என்பதை இந்திய மண்ணில் பிரிட்டிஷ் ஆட்சியாளர்கள் விட்டுச் சென்ற அரசாங்க அமைப்போடு தொடர்புபடுத்திப் பார்க்க வேண்டும்.

பகுத்தறிவுக் கருத்துக்களை சினிமா மூலம் பரப்பிய திமுகவினர் ஆட்சியில் அமர்ந்த 4வது ஆண்டிலேயே அதாவது, 1971க்குப் பிறகு அதன் நடவடிக்கைகள் திசை மாறின. நடந்தது என்ன? அரசு எந்திரத்தைப் பகுத்தறிவு காட்டும் வழியில் இவர்களால் மாற்றி அமைக்க இயலவில்லை. பதிலாக, அரசு எந்திரம் அவர்களை மாற்றிவிட்டது.

சட்டமன்றம் கருணாநிதியின் தர்பாரானது. ஊடகங்கள் வழங்கும் புகழ், தோரணை, அந்நிய இந்தியப் பெருமுதலாளிகளின் நெருக்கம், அரசியல் சட்டம் வழங்கி இருக்கும் வரம்பற்ற அதிகாரம் ஆகியவைமக்கள் நலனை மறந்து அடக்கி ஆளக் கற்றுக் கொடுத்து விட்டது. திமுக தலைவரும் அதிமுக அம்மாவும் சொன்னதையும் செய்து, சொல்லாததையும் செய்யும் ஆற்றல் உள்ளவர்களாகக் காட்சிப்படுத்தப்படுகிறார்கள். ஆய்வு செய்து பார்த்தால் இவர்கள் இருவருமே சொன்னதைச் சொன்னபடி செய்யவில்லை. செய்ததைச் செய்தபடி சொல்லவில்லை என்பது தெரியவரும்.

இந்த இருகட்சிகளும் சொத்துக் குவிப்புப் போட்டியில் வெல்லவே தேர்தலில் போட்டி போடுகிறோம் என்று என்றாவது சொன்னது உண்டா? இருவருமே அதிகாரத்தைப் பயன்படுத்திச் சொல்லாமலே செய்த சாதனை இது என்பதை யாராவது மறுக்க முடியுமா? இருவருமே அவர்களது விசுவாசிகளின் சொத்துக் குவிப்பு ஆசைகளை நிறைவேற்றுவதில் அக்கறை உள்ளவர்கள் என்பதை மறுக்க முடியுமா? கண் இமைக்குமுன் கலைஞர் டிவி எப்படிப் பிறந்தது? அரசு கேபிள் நிறுவனத்தை சுமங்கலி டி.வி. முடக்கியது எப்படி? அது தொடர்வது எப்படி? டூப்பர் சூப்பர் டிவி ஜெயா டி.வி. ஆனது எப்படி? இவைகளெல்லாம் சொல்லாமலே செய்த சாதனைகள் அல்லவா?

ஊழல் வழக்குகளிலிருந்து தப்பிக்க இவர்கள் இருவருமே நீதிமன்றத்தில் எப்படி வாதிடுகின்றனர்.

இந்தியாவில் உள்ள எந்தச் சட்டமும் தங்களைக் கட்டுப்படுத்தாது என்பதாலேயே கீழ்கோர்ட்டிலிருந்து உச்ச நீதிமன்றம் வரை வாதாடி காலத்தைக் கடத்துகிறார்கள் என்பது பலருக்கு விளங்காது. கோதுமை கொள்முதலில் கமிஷன் பெற்றதாக தி.மு.க. தலைவர் கருணாநிதி மீது போடப்பட்ட வழக்கின் மேல்முறையீட்டு மனுவில் (1977) கீழ்க்கண்டவாறு குறிப்பிடப்பட்டிருந்தது.

ஊழல் விசாரணைக்கு திமுக அரசால் 1973ஆம் ஆண்டில் கொண்டுவந்த சட்டம் 1977இல் ரத்தானதால் தன்னை வேறு சட்டப்படி விசாரிக்க முடியாது. இது மாநில சுய ஆட்சிக் கோட்பாட்டை ஏற்கும் அரசியல் நிர்ணய சட்டத்திற்கு விரோதமானது. தான் தமிழக அரசு ஊழியன் என்பதால் அங்குள்ள சட்டமே என்னைக் கட்டுப்படுத்தும் என்பது தி.மு.க. தலைமை பீடத்தின் வாதமாக இருந்தது.

மறுபக்கம் சொத்துக் குவிப்பு வழக்கில், தான் அரசு ஊழியன் அல்லர், ஒரு ரூபாய் கவுரவத் தொகையாகப் பெற்று சேவகம் செய்பவர். எனவே, அரசு ஊழியர் சம்பந்தமான, ஊழல் விசாரணைச் சட்டங்கள் தன்னைக் கட்டுப்படுத்தாது என்பதே அதிமுக பொதுச்செயலாளர் ஜெயலலிதாவின் வாதமாகும்.

சுனாமியை ஏவி மக்களைக் கொன்றாய் என்று தெய்வங்கள்மீது யாராவது வழக்குப் போடமுடியுமா? அதுபோல்தான் இவர்கள் இயற்றும் சட்டம். தவிர, மற்ற சட்டங்கள் இவர்களை அண்டாது என்று வாதிடுகின்றனர். மன்னர்கள் காலத்து நீதியை இன்று பொருத்த முயல்கின்றனர். இதன் மர்மம் என்ன? தாங்கள் சொல்லும் வாதங்களை ஏற்கிற நீதிபதிகள் வருகிற வரைக்கும் அல்லது தங்களது வாழ்நாள் முடிகிற வரைக்கும் வழக்கை இழுத்தடிப்பது என்பதைத் தவிர, வேறு காரணங்கள் இருப்பதாகத் தெரியவில்லை. இதைவிடச் சொல்லாமலே செய்து வருகிற ஒரு பெரிய சாதனை உண்டு. அது இருவரும் நிரந்தர முதல்வராக இருக்க ஆளுக்கொரு வகையில் கையாளும் உத்திகள்தான்.

திராவிடர் இயக்கக் கருத்துக்களை சினிமாமூலம் 1967க்குமுன் பரப்பிய திமுகவினர், ஆட்சியில் அமர்ந்த 4வது ஆண்டிலேயே அதாவது, 1971க்குப் பிறகு அதன் நடவடிக்கைகள் திசை மாறின. நடந்தது என்ன?

பெரியாரின் சுயமரியாதை இயக்கத்தின் இலக்கை முதலில் தி.மு.க, மறந்தது. அதை எதிர்க்க வந்த அ.தி.மு.க., அரசியல் செல்வாக்கைத் தலைவர்களின் வறட்டுக் கவுரவ சண்டைகளுக்கு ஆயுதமாக்கிவிட்டது. நிலப்பிரபுக்கள் மற்றும் மன்னர்கள் காலப் பழைமைவாதச் சடங்குகளையும் நெறிமுறைகளையும், வாரிசு உரிமைக் கோட்பாட்டையும் புதிதாகப் புனைந்து தனிநபர் துதியைப் பேணுபவர்களாகி விட்டனர்.

ஜெயலலிதாவின் அரசியல் திராவிடர் இனமானத்தைத் திராவிடர் இந்துத்துவாக சீரழித்துவிட்டது. சலுகைகள் பெற விசுவாசிகளை மண்சோறு தின்ன வைத்து விட்டது. ஊழல் வழக்கிலிருந்து தப்ப இந்து சமய அற நிலையத்துறையை வேள்விகள், பூசைகள் செய்ய கோயில் வருமானத்தைத் திருப்பிவிட்டது. இது ஏதோ தெய்வ நம்பிக்கையால் உந்தப்பட்ட செயல் அல்ல. கட்சி விசுவாசிகளின் வருவாய்க்கு வாய்க்காலாக வடிவமைக்கப்பட்டதாகும். இதனைத் திருவண்ணாமலை கோயிலில் பல ஆயிரம் லிட்டர் நெய்யில் விளக்குகள் ஏற்றிய அமைச்சரிடம் கேட்கிற விதத்திலும், கேட்டால் சொல்லிவிடுவார். பெரியார் சாதி உணர்விற்கு எதிராக இனமானக் கோட்பாட்டை முன்மொழிந்தார். இவர்களோ, வாக்கு வங்கியை உருவாக்க சாதி உணர்வுகளைத் தூண்டுவதில் கவனமாக இருக்கின்றனர். பெரியார் காலத்தில் சாதிமறுப்புத் திருமணங்களில் தமிழ்நாடு முதலிடத்தில் இருந்தது. இன்று இரு கட்சிகளின் ஆட்சிக் காலத்தில் கடைசி இடத்திற்குத் தள்ளப்பட்டதோடு அவமானகரமாக ஆணவக் கொலைகள் நடக்கும் இடமாகிவிட்டது. இரு கட்சிகளும் அரசு அதிகாரத்தை ஆதிகால மன்னர்களைப்போல் கையாள்வதில் நிபுணர்களாகி விட்டனர்.

மக்களால் தேர்ந்தெடுக்கப்படும் சட்டமன்ற அவைகளை மன்னர்கள் காலத்து தர்பார்போல் நடத்துவதில் வல்லவர்களாக ஆகிவிட்டனர். அரசியலைச் சொத்துக் குவிக்கும் குலத்தொழிலாக மாற்றிவிட்டனர். சாதிப் பாகுப்பாட்டைத் தாண்டி நவீனத் தொழில்கள் வளர்ந்து குலத்தொழில் முறை மங்கி மறைந்தாலும் அரசியல் எனும் சேவையைக் குலத்தொழிலாக மாற்றுவது என்பது இருவருக்கும் கைவந்த கலையாகிவிட்டது.

சொத்துக் குவிப்புக்கும், மேல்மட்ட ஊழலுக்கும், மக்கள் வாழ்வின் சீரழிவிற்கும் இருக்கிற தொடர்பு எளிதில் மக்களின் கண்ணில் படாது. வாழ்வாதாரத்தை இழந்த கொட நாடு விவசாயிகளைக் கேளுங்கள், உண்மை தெரியும். ஊழல் என்பது பெறுபவரைவிடக் கொடுப்பவருக்கு அதிக லாபம் என்பதால் இருவருமே மறைக்க முயல்வர்.

மண்டையிடியால் தவிக்கும் பாமரனுக்கு அதன் காரணங்களை மருத்துவர் தவிர வேறு யாரும் கண்டுபிடித்துச் சொல்ல முடியாது. அதுபோல்தான் அறிவுலகம் எடுத்துச் சொல்லாமல் இந்த ஊழல் நடைமுறைகள் மக்களின் பொருளாதார வாழ்வைச் சீரழிக்கும் என்பதனை மக்கள் அறிய வாய்ப்பில்லை. அதனை எடுத்துச் சொல்வது மக்களாட்சியை விரும்புவோரின் கடமையாகும்.

❑

19

இனமான அரசியலின் பொருளாதாரக் கோட்பாடு

ஒரு மாநிலத்தின் பொருளாதார வளர்ச்சியின் அடிப்படை விவசாயமும், தொழிலும் ஆகும். அது சீராக வளர வேண்டுமானால் பழைய சமூக உறவுகளால் உருவாகும் தடைகளை அகற்றும் பார்வை ஆள்வோருக்கு வேண்டும். அதைவிட முக்கியம் அரசியல் அணுகுமுறை. நிர்வாக முறை, சட்டங்கள் செயல்படும் முறை இம்மூன்றிலும் பெரும்பான்மை மக்களின் நலனைப் பேணுதற்குரிய மாற்றங்களைச் செய்துகொண்டே இருப்பது அவசியம்.

சமூக ஏற்றத்தாழ்வு, வறுமை, அறியாமை இம்மூன்றும் அகலும் வேகம் நில உடைமையில் இருக்கிற உறவுகள், மீன்பிடி வசதிகள் எவ்வாறு மாறுகின்றன என்பதைப் பொருத்தே உள்ளது.

கழக ஆட்சிக் காலத்தில் ஏற்பட்ட மாற்றங்களை அறிய அரசு சட்டமன்றத்தில் சமர்ப்பித்த 50 ஆண்டுகால அறிக்கைகளை அலசினால் இரண்டு செய்திகள் தெளிவாகத் தெரிகின்றன. விவசாய உற்பத்தித் திறன் வளர்ந்துள்ளது. தானியங்கள், பருத்தி, கரும்பு, காய்கறிகள், பழங்கள், கால்நடைகள் எல்லாவற்றிலும் ஆண்டிற்கு ஆண்டு முன்னேற்றமே. அதேவேளையில் விவசாய நிலம் சுருங்கி தானிய உற்பத்தியில் இருக்கும் பற்றாக்குறை நீடிக்கிறது என்பதைக் காணலாம். விவசாயத்தில் நவீனத் தொழில்நுட்பங்கள் புகுந்த வேகத்தில் மீன்பிடித் தொழிலில் முன்னேற்றமில்லை. மீன் வளங்களைப் பேணுகிற கோட்பாடே அரசிற்கு இல்லை.

இந்த விவசாயிகள் சாதனையை ஆட்சியாளர்கள் தங்களது சாதனையாகக் காட்டிக்கொள்கின்றனர். அதே ஆண்டறிக்கைகளில் சிறு, குறு விவசாயிகள் எண்ணிக்கை பெருகி வருவதைப் புள்ளிவிவரமாகக் காணக்கிடக்கிறது. 2005ஆம் ஆண்டில் நில உடைமையாளர்களில் 91.1 சதம் பேர் சிறு, குறு விவசாயிகள். 2011ல் இந்த எண்ணிக்கை 91.7 சதமாக உயர்ந்தது. இதில் இரண்டு ஏக்கருக்கும் குறைவாக அதாவது 0.8 ஹெக்டர் நிலத்திற்கும் குறைவாக நிலம் வைத்திருக்கும் நில உடைமையாளர்கள் 70 சதவீதம் என்று அந்த ஆவணங்களில் உள்ளது. இதில் எவ்வளவு பேர் நேரடியாக விவசாயத்தில் ஈடுபடுகிறார்கள். வயலையே

பார்க்காதவர்களாக எவ்வளவு பேர் உள்ளனர் என்ற விவரம் அதில் இல்லை. 2005ஆம் ஆண்டில் விவசாய நிலம் 64.88 லட்சம் ஹெக்டேராக இருந்தது. 2010-11ஆம் ஆண்டில் 64.88 ஹெக்டேர் நிலமாக அது சுருங்கியது என்பதை அந்த ஆண்டறிக்கைகள் காட்டுகின்றன. அந்த ஓர் ஐந்தாண்டில் மட்டும் 4 லட்சம் ஹெக்டேர் விவசாய நிலம் ரியல் எஸ்டேட் (மனை வணிக) நிலமாக மாறிப்போனது.

அதாவது, தமிழகத்தில் கழக ஆட்சிகள் கொண்டுவந்த நில உச்சவரம்புச் சட்டத் திருத்தங்கள் எதுவும் விவசாயத்தில் நேரடியாக ஈடுபடும் விவசாயிகளை 15 ஸ்டாண்டர்டு ஏக்கர் விவசாயிகளாக ஆக்கவில்லை. மாறாக நில உடைமையாளர்களில் பெரும்பாலோரை ஏழை விவசாயிகளாக ஆக்கியது. கடன் சுமை போன்ற காரணங்களால் சிறு, குறு விவசாயி நிலத்தை இழப்பதால் விவசாய நிலம் சுருங்கியது. மேலும் விவசாய நிலத்தை அரசே சிறப்புப் பொருளாதார மண்டலமாக மாற்றுவதாலும் விவசாய நிலம் சுருங்கி வருகிறது.

விவசாயத்தில் நேரடியாக ஈடுபட்டுவரும் சாதிப் பிரிவினருக்கு நிலம் சேர வேண்டும் என்ற அக்கறை கருணாநிதி, எம்.ஜி.ஆர்., ஜெயலலிதா மூவரின் ஆட்சியிலும் இல்லை என்பதை பஞ்சமி நில மீட்பு இயக்கத்தை அவர்கள் கையாண்ட விதங்கள் காட்டுகின்றன.

ஏழை விவசாயிகளின் நிலங்களை முதலமைச்சர் ஜெயலலிதாவே அபகரித்தை சிறுதாவூர் நில அபகரிப்பு விவகாரம் வெளிச்சம் போட்டது. அதை ஒட்டி திமுக அரசு எடுத்த நடவடிக்கை வேடிக்கையாக முடிந்தது. நிலத்தை அபகரித்த ஜெயலலிதா வகையறாக்கள் உச்ச நீதிமன்றம் சென்று தடை வாங்கியதால் தலித் மக்களுக்கு அண்ணாதுரை வழங்கிய அந்த நிலம் உரிமையாளர்களின் வாரிசுகளின் கைகளுக்கு இன்று வரை அகப்படவில்லை. வறுமையை அகற்ற நில உடைமையில் மாற்றம் என்பதைத் திராவிடர் இயக்க ஆட்சிகள் எப்படி நடைமுறைப்படுத்தின என்பதைப் புரிய பஞ்சமி நில விவகாரம் நல்ல உதாரணமாகும். இந்தப் பஞ்சமி நில ஒதுக்கீடு பிரிட்டிஷ் அரசு காலத்தியது ஆகும்.

பிரிட்டிஷ் ஆட்சிக் காலத்தில் 20ஆம் நூற்றாண்டின் துவக்கத்தில் விவசாயம் செய்ய உதவாத நிலம் என்று மிராசுதார்கள் தரிசாக விட்ட நிலங்களில் 12 லட்சம் ஏக்கர் நிலத்தைப் பஞ்சமர்களுக்கு அரசு ஒதுக்கியது. 2 ஏக்கருக்கும் குறைவான நிலத்தில் பாசன வசதி அற்ற நிலையில் அந்த ஏழைகள் உழைத்து விவசாயம் செய்தனர். இடுபொருள் வாங்குவதற்கு ஏற்பட்ட கடன் சுமையால் அந்த நிலம்

அனைத்தும் வட்டிக்கு விடும் மேல்சாதியினர் கையில் போய்ச் சேர்ந்தன அல்லது அதிகாரிகள் உதவியுடன் சர்வே என்ற பெயரில் மிராசுதார்கள் அபகரித்தனர். நாடு விடுதலை அடைவதற்கு முன்னரே பெரும்பாலான பஞ்சமர்கள் நிலத்தை இழந்து விட்டனர். பஞ்சமர் நில ஒதுக்கீட்டு அரசாணையில் இருந்த ஒரு ஓட்டை வழியாக மிராசுதார்கள் உள்ளே புகுந்துவிட்டனர்.

பஞ்சமர்கள் விவசாயக் கூலிகளாகவே இருந்தனர். கழக ஆட்சி வந்தவுடன் பஞ்சமி நில மீட்பு இயக்கமாகியது. நிலத்தை இழந்த தலித்துகளின் வாரிசுகள் நீதிமன்றத்தை நாடினர். அரசாங்க ஆவணங்களை அரசே சிதைக்க எடுத்த முயற்சிகள் நீதிமன்ற வழக்குகளால் தெரிய வந்தன. கழக அரசின் நில உடைமைக் கோட்பாடு ஏழை விவசாயிகளுக்குச் சாதகமாக இல்லை என்பதற்குப் பஞ்சமி நில மீட்புப் போரட்டம் சரியான எடுத்துக்காட்டாகும்.

தமிழ்நாட்டில் விவசாயத்தில் நேரடியாக ஈடுபடுபவர்கள் நிலம் இல்லாதவர்களாக ஆயிரமாயிரம் ஆண்டுகளாகத் தொடர்வதற்கு வரலாற்றுரீதியான காரணங்கள் உண்டு.

1799ல் பிரிட்டிஷ் கம்பெனி நிர்வாகம் அன்றைய மெட்ராஸ் ராஜதானியில் நில வரி வசூலை உத்தரவாதப்படுத்த பழைய கிராமக் கட்டமைப்பைத் தகர்த்து நில உடைமையில் ஜமீன்தாரி மற்றும் ரயத்வாரி முறையைப் புகுத்தியது. பழைய ராஜாக்களில் எட்டப்பன் போன்ற விசுவாசிகளே ஜமீன்தார் ஆனார்கள். பிரிட்டிஷ் ஆட்சியை எதிர்த்த ராமநாதபுரம் மன்னர் வாரிசுகள்கூட விசுவாசிகளாகி ஜமீன்தார்களாக மாறினார்கள். அது வரை ராமநாதபுரம் மன்னருக்குக் கப்பம் கட்டிவந்த புதுக்கோட்டை மன்னர் பிரிட்டிஷ் அரசிற்கு கட்டபொம்மனை வெல்ல உதவியதால் 1947 வரை மன்னர் அந்தஸ்துடன் இருந்தார். இதன் விளைவாக திருநெல்வேலி, ராமநாதபுரம், மதுரை மாவட்டங்களில் ஜமீன்தாரி முறை பரவலாக இருந்தது.

1857 சிப்பாய் எழுச்சி இந்தியாவில் பிரிட்டிஷ் அரச வம்சத்தின் நேரடி ஆட்சி வந்தபிறகு, ஜமீன்தாரி முறையைப் படிப்படியாகச் சுருக்கியது. ஜமீன்தார்களின் ஆடம்பர வாழ்வு வரி வருவாயைக் கடித்தது. பல ஜமீன்கள் கடனாளி ஆகினர். தமிழகத்தில் முடிந்தவரை அரசு ரயத்வாரி முறையைப் புகுத்தியது. இதன் விளைவாக விவசாயத்தில் நேரடியாக ஈடுபடாத பிராமண மற்றும் மேல்சாதி அதிகாரிகள் மற்றும் வட்டிக்கு விடும் சாதியினர் கைகளில் நிலங்கள் குவிந்தன. அவர்கள் மிராசுதாரர்களானார்கள். மிராசுதார், குத்தகை

விவசாயி, விவசாயத் தொழிலாளர் என்ற கட்டமைப்பு விவசாயத் துறையில் உருவானது.

விவசாயத் தொழிலாளர்களில் பெரும்பாலும் பட்டியல் சாதியினரும், குத்தகை விவசாயிகளாகப் பிற்படுத்தப்பட்ட சாதியினரும், நில உடைமையாளர்களாக வட்டிக்கு விடுபவர்களாகவும் செல்வாக்குள்ள அதிகாரிகளும் இருக்கிற நிலைமை ஏற்பட்டது. பிரிட்டிஷ் ஆட்சிக் காலத்தில் நில வருவாயில் வரியும் குத்தகையும் 70 சதவீதத்தைத் தாண்டியே இருந்தது. குத்தகை விவசாயியும் விவசாயத் தொழிலாளர்களும் ஏழையாகவே நீடிக்கும் நிலைமை தொடர்ந்தது. நில உடைமையாளர்கள் குத்தகை விவசாயி மூலம் விவசாயத் தொழிலாளர்களைச் சுரண்டினர். சாதிப் பாகுபாடு அதற்கு ஆயுதமாகியது.

இந்தப் பின்னணியோடு நில உறவில் தமிழகத்தில் ஏற்பட்ட மாற்றங்களைத் திராவிடர் இயக்கங்கள் கையாண்ட விதங்களைப் பரிசீலிப்போம். அதனை ஒரு தகவலோடு தொடங்குவோம்.

50 லட்சம் ஏக்கர் புறம்போக்கு தரிசு நிலம் இருப்பதாகவும் அதனை நவீன விவசாயப் பண்ணை அமைக்க தனியாருக்கு விடப்போவதாகவும்(2006-2011) சட்டமன்றத்தில் 4வது முறையாக முதலமைச்சர் பதவியில் அமர்ந்த ஜெயலலிதா அறிவித்தார். இந்த அறிவிப்பே கடந்த காலங்களில் நிலப் பயன்பாடு பற்றிய தெளிவு திராவிடக் கட்சிகளுக்கு இல்லை என்பதைக் காட்டிவிட்டது. எம்.ஜி.ஆர். ஆட்சிக் காலத்திலும் அதன்பிறகு வந்த திமுக ஆட்சிக் காலத்திலும் கல்வித் தந்தைகள் புறம்போக்கு நிலங்களை ஆக்கிரமித்தது போக, மீதமே இந்த 50 லட்சம் ஏக்கர் நிலம் என்பதற்கு ஆதாரமாக இந்த அறிவிப்பு அமைந்தது. அந்த அறிவிப்பும் என்ன ஆயிற்று?

கடந்த காலக் கழக ஆட்சியின் அனுபவமும், ஜெயலலிதா - சசிகலா கூட்டாதிக்க அனுபவமும் நிலத்தில் முதலீடு செய்தால் ஆபத்து என்று எந்த நிறுவனமும் விவசாயப் பண்ணை அமைக்க முன்வரவில்லை. கொடநாடு தேயிலைத் தோட்டம் ஜெயா-சசி உடைமையான வரலாறு நாம் அறிந்ததே. இதற்கிடையில் அந்த 50 லட்சம் ஏக்கரை ஏழை விவசாயிகளுக்குப் பிரித்துக் கொடுக்க விவசாய சங்கங்கள் கோரிக்கை வைத்தன. அதனை ஜெயலலிதா ஏற்க மறுத்தார். 50 லட்சம் ஏக்கரும் எம்.ஜி.ஆர். காட்டிய வழியில் செல்வாக்குள்ள புள்ளிகள் அபகரிக்க விட்டுவிட்டார் என்றே தோன்றுகிறது. 5ஆம் முறையாக முதலமைச்சராக அமர்ந்தபொழுது

இந்த நிலங்களை ஏழை விவசாளிகளுக்குக் கொடு என்று சட்டமன்றத்தில் கிளர்ச்சி செய்ய யாருமில்லை. சட்டமன்றம் கழகங்களின் பொழுதுபோக்கு மடமாக மாற்றிவிட்டன.

தமிழ்நாட்டில் நில உடைமையில் கடந்த இரண்டு நூற்றாண்டுகளிலிருந்து ஏற்பட்ட மாற்றங்கள் பற்றிய தகவல்களைப் பரிசீலிக்கும்போது கழகங்களின் ஆட்சிக் காலத்தில் விவசாயத்தின் முக்கியத்துவம் உணரப்படவில்லை என்பது தெளிவாகும். விளைநிலங்கள், ஏரி, குளம், கால்வாய்கள், ஆற்றங்கரைகள் ஆகியவற்றைக் கல்வித் தந்தையர்கள் விழுங்குவதும் சாதிக் கலவரங்கள் பெருகுவதும் ஏன் என்பது பிடிபடும்.

தமிழக நில உச்சவரம்புச் சட்டம் ஏழை விவசாயிகளை வறுமையில் தள்ளவே பயன்பட்டது எனலாம். 15 ஸ்டாண்டர்டு ஏக்கர் உச்சவரம்பு என்பதற்குப் பதிலாக விவசாயத்தில் நேரடியாக ஈடுபடுவோருக்கு 15 ஸ்டாண்டர்டு ஏக்கர் நிலத்தை அரசு உத்தரவாதம் செய்யும் என்று சட்டமிருந்திருந்தால் நிலைமை வேறுமாதிரி இருந்திருக்கும். அப்படி ஒரு நிலையைக் கழக ஆட்சிகள் எடுக்கவில்லை.

விடுதலைக்குப் பிறகும் நில உச்சவரம்புச் சட்டம், குத்தகைதாரர் பாதுகாப்புச் சட்டம் எதுவும் விவசாயத்தில் நேரடியாக ஈடுபடும் உழைப்பாளிகளின் வருமானத்தை உயர்த்தவில்லை. 2000 ஆண்டுகளாக அதே குடிசை, அதே கோவணம் தொடர்ந்தது. பழங்காலத்தில் மாமிச உணவால் கிடைத்த ஆரோக்கியம் இன்று இல்லை என்ற ஒரு மாற்றம் தவிர வேறு எதுவுமில்லை. அந்தக் காலத்தில் உழைப்பாளி மக்கள் மேல்தட்டு மக்களைவிட அழகாக இருந்தனர். பிரிட்டிஷ் ஆட்சி புகுந்த பிறகே விவசாயம் மதிப்பிழந்தது. விவசாயத் தொழிலாளர்களும் ஆரோக்கியமற்ற நிலைக்குத் தள்ளப்பட்டனர். அது இன்றும் தொடர்கிறது. சினிமாவில் வருகிற நீ நாட்டுக்கட்டை 'நான் தேக்குக்கட்டை' என்ற டூயட் வரிகள் எல்லாம் இன்று பொருந்தாது.

வரலாற்றில் விவசாயத் தொழிலாளர்கள் தானியமாகக் கூலி வேண்டும், பணம் வேண்டாம் என்பதற்கான போராட்டங்கள் நடத்தியது இன்று வேடிக்கையாகத் தோன்றலாம். ஆனால் அந்த உழைப்பாளிகள் பணப்பரிவர்த்தனைக் கருவியாக மட்டுமல்ல, சுரண்டும் கருவியாகவும் இருப்பதை உணர்ந்திருந்தனர் என்பதால் மறுத்தனர். அடக்குமுறை மூலமே பணக்கூலி திணிக்கப்பட்டது. அந்நியர் ஆட்சியிலிருந்து இன்று வரை விவசாயத்தில் நேரடியாக

ஈடுபடுவோர் கண்டது வறுமையே. இன்று நாடெங்கிலும் விவசாயிகள் கடன் சுமைக்கு எதிராகப் போராடுவதைக் காண்கிறோம். முந்தைய ஆட்சிகளில் கழக ஆட்சிகள் இலவச மின்சாரம், கடன் தள்ளுபடி, விளைபொருளுக்குக் கட்டுப்படியான விலை என்று சலுகைகள் வழங்கின. அதனால், கிராமப்புற வறுமை, சிறு, குறு விவசாயிகள் எண்ணிக்கை பெருகுவது நிற்கவில்லை. கழக ஆட்சிகளில் மீன்பிடித் தொழிலில் ஈடுபடும் குடும்பங்கள் வறுமைக் கோட்டைத் தாண்டாமல் தவிக்கும் நிலை தொடர்ந்தது. மீனவ நண்பனாக நடித்த எம்.ஜி.ஆர். காலத்தில் மெரினா பீச்சை அழகுபடுத்த, மீனவர் குடியிருப்புகளை அகற்ற எடுத்த நடவடிக்கையான துப்பாக்கிச்சூடு ஆட்சியாளர்களின் வர்க்க குணத்திற்கு எடுத்துக்காட்டாகும். மீன்பிடித் தொழில் மத்திய அரசும் மாநில அரசும் நிர்வாக அதிகாரப் பிரிவோடு இருக்கிற தொழிலாகும். கரையிலிருந்து 12 கடல் மைல்கள் தூரம் வரை மாநில நிர்வாகம், 200 கடல்மைல்வரை இந்தியாவின் கடல் உரிமைகள் தொழில் மத்திய அரசின் நிர்வாகம் எனப் பிரித்து நிர்வகிக்கப்படுகிறது. தமிழக மீனவர்களில் 70 சதவீதம் கட்டுமரம் அல்லது என்ஜின் இல்லாத படகினை உடைமையாகக் கொண்டவர்கள். இவர்களால் 8 கடல் மைல்களைத் தாண்டி மீன் பிடிக்க இயலாது. அதைத் தாண்டி மீன் பிடிக்கப் போகும் விசைப்படகு வைத்திருப்பவர்கள் படகடி மீன்பிடி மூலம் மீன்களை அரித்துச் சென்றுவிடுவர்.

இந்த ஏழை மீனவர்களின் வலையில் மீன் விழுவது அபூர்வமாகிவிடுகிறது. விசைப்படகும் ஆழ்கடல் மீன்பிடிக்கு உதவாது, கடலின் மேற்பகுதியில் கிடைக்கிற மீன்களைப் பிடிக்க முடியும். 50 மீட்டர் ஆழத்திற்குக் கீழ்உள்ள மீன்களைப் பிடிக்க இயலாது. ஆழ்கடல் மீன்பிடித் தொழிலை இந்திய அரசு தனியார் தொழிலாகக் கருதுகிறது. இப்பொழுது அந்நிய நிறுவனங்களோடு கூட்டு என்பதால் விசைப்படகு மீனவர்களின் மீன்பிடியும் குறைந்து கடன் சுமையும் பெருகி வருகிறது. ஆக தமிழக மீனவனை ஏழையாக வைப்பதில் ஒன்றிய அரசும் கழக அரசுகளும் போட்டி போடுவதைக் காண்கிறோம். சுருக்கமாக மீன்பிடித் தொழில் மீனவனைக் காப்பாற்றுகிற முறையில் கழக ஆட்சிகளின் நிர்வாகங்கள் இருந்ததில்லை. தொழில் துறையில் அவர்களது அணுகுமுறையைப் பார்போம்.

“தெற்கு தேய்கிறது; வடக்கு வாழ்கிறது” என்றார் அண்ணா. விவசாயமும் தொழிலும் வளர ஒன்றிய அரசு உதவவில்லை என்பதையே இவ்வாறு குறிப்பிட்டார்.

அப்போது மூதறிஞர் ராஜாஜி தொழில் வளர்ச்சியற்ற சில வட மாநிலங்களைக் காட்டி இந்திய அரசு லைசென்ஸ் ராஜ், அதன் ஓர வஞ்சனை வடக்கு, தெற்கு என்று பாகுபாடு இல்லாமல் நாடு தழுவியது என்றார்.

தமிழகத்தில் நெய்வேலி பழுப்பு நிலக்கரித் தொழில் மையத்தைக் கட்டவும், திருச்சி பாய்லர் தொழிற்சாலை ஜெர்மன் சீமென்ஸ் நிறுவனத்தின் கையில் போகாமல் தடுத்து சுயச்சார்புத் தன்மையைக் காக்கவும் வளர்க்கவும் தொழிலாளி, விவசாயி அமைப்புகளின் மூலம் வர்க்க சமரில் ஈடுபட்டு வந்த தோழர் ராமமூர்த்தி இவர்களோடு மாறுபட்டுச் சொன்னார்.

"இந்திய அரசு பெருமுதலாளிகளின் அரசு ஆகும். அது விரும்புகிற குடும்பத்தைப் பெருமுதலாளிகள் பட்டியலில் சேர்க்க அதிகாரத்தைப் பயன்படுத்துமே தவிர, நீடித்து நிற்கிற முறையில் தொழிலை வளர்க்க அக்கறை காட்டாது. நமது நாட்டுப் பெருமுதலாளி குடும்பங்கள் பணப்புழக்கத்தைப் புகுத்திய சுல்தான் காலத்து லேவாதேவி பாரம்பரியத்தைக் காப்பவர்கள். பணத்தைக் குவிக்கக் காட்டுகிற அக்கறையைத் தொழிலில் காட்டமாட்டார்கள். தொழில் வளர்ச்சியைப் பாட்டாளி வர்க்கம் போராடிச் சாதிக்க வேண்டும்" என்றார். பணக்காரர்களின் எண்ணிக்கையை வைத்து அண்ணா, "வடக்கு வாழ்கிறது; தெற்கு தேய்கிறது" என்றார் . பி.ராமமூர்த்தியோ தமிழ்நாட்டில் விவசாயம், தொழில், சேவை இம்மூன்றிலும் ஈடுபடும் முதலீடு இங்குள்ள உழைப்பு சக்தியையும் இயற்கை வளத்தையும் பயன்படுத்தி மக்களின் வாழ்வில் உயர சோசலிசம் பேசும் ஒன்றிய அரசின் உதாசீனத்தைச் சுட்டிக்காட்டினார்.

பின்னர் மத்தியில் ஆட்சியில் பங்கு கிடைத்து இந்தியப் பெருமுதலாளிகள் குடும்பப் பட்டியலில் சன் குழுமம் பத்தே வருடத்தில் இடம் பிடித்ததைக்கண்டு கலைஞர் மகிழ்ந்து "வடக்கு வழங்குகிறது; தெற்கு தேர்கிறது" என்றார்.

இந்தக் காலத்தில் இந்தப் பட்டியலின் வரிசையில் மேலிருந்த சில தமிழ்நாட்டுப் பெருமுதலாளி குடும்பங்கள் வரிசையில் கீழே போய் உள்ளன. புதிதாக வைகுந்த ராஜன்களும் மாறன்களும் உடையார்களும் பட்டியலில் சேர்ந்து அவர்களைவிட மேலே போய் உள்ளனர். இப்போது பா.ஜ.க. ஆட்சியில் அதானி குடும்பம் 127 பெருமுதலாளிகளின் குடும்ப வரிசையில் உயர்வினைப் பெற்று வருகிறது. இவை பி.ஆர். சொன்னதுதான் சரி என்பதைக் காட்டிவிட்டது.

இன்று கல்வி வியாபாரத்தை நடத்துவோரைப் பாருங்கள். பி. ராமமூர்த்தி சொன்னது எவ்வளவு உண்மை என்பது தெரியவரும். பிரபலமான அறிவியல் அறிஞர்களும் கல்வியாளர்களும் கல்விச் சேவையில் தங்களது அறிவுச் சொத்தை முதலீடு செய்ய இயலவில்லை. கவுரமாக வாழ வெளிநாட்டிற்குப் போய்விடுகின்றனர். கல்வி என்றால் என்ன என்று தெரியாத சாராய வியாபாரிகளும் செல்வாக்குள்ள அரசியல் புள்ளிகளும் கல்வியைச் சரக்காக்கிப் பணத்தை மலைபோல் குவிக்கின்றனர். ஆதலால் நமது கல்வி நிறுவனங்களின் தரம் வெட்கப்படும்படியாக உள்ளது.

கேள்வி என்னவெனில் தமிழ்நாட்டுத் தொழில் வளர்ச்சி, தோழர் பி.ராமமூர்த்தி குறிப்பிடும் சீர்களோடு உள்ளதா?

ஒரு மனிதனின் கைகளும் கால்களும் குட்டை, நெட்டையாக வளருமானால் அவனால் நீளமான வலது கையால் உண்ணவும் முடியாது. குட்டையான இடது கையால் கழுவவும் முடியாது. குட்டை, நெட்டையான கால்களால் வேகமாக நடக்கவும் முடியாது. உதவி இல்லாமல் அவனால் வாழ முடியாது. அதுபோல் தொழில் வளர்ச்சியில் நுகர்பொருள் உற்பத்தியும் அதற்குத் தோதுவாக மூலதனச் சரக்கும், சேவையும் வளரவில்லையானால் பொருளாதார வளர்ச்சி சுயசார்புத் தன்மையை இழந்துவிடும்.

பணியிடமும் சுற்றுப்புறச் சூழலும் ஆரோக்கியமாக அமையும் வகையில் தொழில்நுட்பங்களைக் கொண்டதாகத் தொழில்கள் இருக்க வேண்டும். நீரையும், காற்றையும், மண்ணையும், கெடுக்குமானால் அத்தகைய தொழில்கள் நீடிக்காது (போபால் பூச்சிக்கொல்லி மருந்தாலை மற்றும் பாதரச நச்சைப் பரப்பிய கொடைக்கானல் தர்மாமீட்டர் ஆலைபோல் ஸ்டெர்லைட் ஆலை சாயப்பட்டறைகள், தோல் தொழில்கள், எரிபொருள்கள் தயாரிப்பு மற்றும் ரசாயன உற்பத்திகள் ஆகியவற்றில் தூய்மைப்படுத்தும் தொழில்நுட்பங்கள் இணைக்கப்படவில்லையானால் நீடிக்காது).

ஒரு தொழில் சுயமரியாதையை உயர்த்துகிற வேலைவாய்ப்புகளை உருவாக்க வேண்டும். ஆரோக்கியமான சுற்றுப்புறச்சூழல், ஆரோக்கிய வாழ்விற்கேற்ற வருவாய் இவ்விரண்டும் உழைப்பாளிகளுக்கு உறுதி செய்யப்பட வேண்டும் (அந்நிய முதலீட்டில் இயங்கும் தொழில்களில்கூட 10 சதவீதம் நிரந்தரம். மீதி உள்ளூர் அரசியல் புள்ளிகள் நடத்தும் நிறுவனங்களின் கான்டிராக்ட் கேசுவல் ஊழியர்கள். நவீனத் தொழில்நுட்பங்களைக் கொண்ட ஹூண்டாய் போன்ற ஆலைகளில் சாக்கடை அடைப்பை

அகற்றும் ஊழியர்கள் விஷவாயு தாக்கி உயிரிழப்பதை அறிவோம். ஆயுளைச் சுருக்கும் நோய்களை உருவாக்கும் தொழில் முறையை ஒழிக்க அரசிடம் திட்டமே இல்லை என்பதைத் தோல் பதனிடும் மற்றும் சாயப்பட்டறைத் தொழில்கள் காட்டுகின்றன).

தொழில் வளர்ச்சிக்குத் தேவை பணப்பயிர் என்ற பெயரில் உணவுப் பாதுகாப்பிற்கு ஏற்படுகிற ஆபத்தை ஆளுவோர் உணர வேண்டும். இத்தகைய சீர்களோடு தமிழகத்தில் தொழில் வளர்ச்சி இல்லை. நாம் காண்பதென்ன?

கட்டமைப்புத் தொழில்கள் அரசியல் காழ்ப்புணர்ச்சியால் முடங்கியுள்ளன. பல கட்டமைப்பு வசதிகள் முதலீடு செய்யப்படாமல் பாழடைந்துள்ளன. ஊழல்களால் கட்டமைப்பு உருவாவதில் காலதாமதம், பண விரயம் ஆகிறது. சென்னை மெட்ரோ, துறைமுகம் நோக்கிய அதிவேகச் சாலைகள், பாழ்பட்டுக் கிடக்கும் மீன்பிடித் துறைமுகங்கள், ஒரு வருடத்தில் சில மீட்டரே வளரும் மேம்பாலங்கள். தரக்குறைவான சாலைகள், பாடாவதி இருப்புப் பாதைகள், ஆறுகள், ஏரிகள் நிலத்தடிநீர் ரசாயனக்கழிவால் கெட்டுவிட்டதால் முடங்கும் தொழில்கள் இவைகளால் ஏற்படும் இழப்பு, உயிரிழப்புகள், பொருள் உற்பத்தியில் ஆகும் கூடுதல் செலவுகள் போன்றவற்றைப் பற்றிய விழிப்புணர்வை ஏற்படுத்துகிற வகையில் தமிழக அரசின் 14 வருடத் தொழில் வளர்ச்சி பற்றிய தகவல்களை ஆவணங்கள் தரவில்லை. சென்னைத் துறைமுகத்திற்கு அதிவேக சாலைகள் முழுமை அடையாமல் கிடப்பதால் பல கோடி நட்டமடைவதைக் காட்டி ஏற்றுமதியாளர்கள் புலம்புகின்றனர். இரண்டு அரசுகளும் அதிவேக சாலை அமைப்பு வேலையைக் கிடப்பில் போட்டு வேடிக்கை பார்ப்பதை ஆங்கிலப் பத்திரிகைகள் கண்டிக்கின்றன.

நிலக்கரியை எடுக்காமலே உரிமங்களை விற்றுப் பணம் பண்ணும் நாட்டில் மின் சக்தி எப்படிக் கிடைக்கும்? மின் நிலையங்கள் அமைக்க தனியாரைச் சார்ந்து இருப்பது, அரசு நிறுவனங்கள் மின்சாரத்தை வாங்கி விற்பதில் ஊழல், சிரத்தையற்ற நடைமுறை, மானியத்தைக் குறைக்கும் நோக்குடன் செயற்கையான தட்டுப்பாடு போன்றவற்றால் தொழில் வளர்ச்சி முடங்குகிறது என்பதை இந்த ஆவணங்கள் மறைக்கின்றன. ஊடகங்கள் வாயிலாக வரும் நிபுணர்களின் விமர்சனங்களை அரசு மதிப்பதில்லை என்பதை இந்த ஆவணங்கள் காட்டுகின்றன.

சுற்றுப்புறச்சூழல் மாசுக்களால் உழைப்பாளிகள நோய்வாய்ப்படுவதையும் உற்பத்தி குறைவதையும் அதனால், மொத்த தேச வருவாயில் ஏற்படும் இழப்பைக் கடந்த சில ஆண்டுகளாக உலக வங்கி கணக்குப் போட்டுச் சுட்டிக்காட்டி வருகிறது. இவை பற்றி இந்த அறிக்கைகள் மவுனம் சாதிக்கின்றன.

பல பன்னாட்டு நிறுவனத் தொழில் முதலீடுகள் புரிந்துணர்வு ஒப்பந்த வடிவில் ஏட்டுச் சுரைக்காய்களாக இருப்பதையும் அந்நிய முதலீட்டால் சுதேசித் தொழில் அழிவதையும் இந்த ஆவணங்கள் மூடிமறைக்கின்றன.

அ.தி.மு.க. அரசின் 2014-15ஆம் ஆண்டு தொழில்துறைக் கொள்கை ஆவணம் கூறுவதென்ன?

தொழிற்சாலைகளின் எண்ணிக்கையில் தமிழ்நாடு முதலிடம்.

ஆலைத் தொழிலாளர்கள் எண்ணிக்கையில் முதலிடம்.

அந்நிய நிறுவனங்களோடு இந்திய நிறுவனங்கள் கூட்டாகவும் நூறு சதவீத அந்நிய முதலீடாகவும் மூவாயிரத்திற்குமேல் தொழில் நிறுவனங்கள் உள்ளன.

ஃபோர்டு, ஹூண்டாய், செயின்ட் கோபெய்ன், நோக்கியா,மோட்டராலா, டெல், ரெனால்ட், நிசான் டெய்ம்லர் ஆகிய நிறுவனங்கள் நூறு சதவீத அந்நிய முதலீட்டில் தமிழ்நாட்டில் இருப்பதாக அமைச்சர் பெருமைப்படுகிறார்.

தமிழ்நாட்டில் விஞ்ஞானத் தொழில்நுட்ப அறிவுச் சொத்தைப் பெருக்க 553 பொறியியல் கல்லூரிகளும், 501 பாலிடெக்னிக்குகளும் முறையே 1,82,000 பட்டதாரிகளையும், 1,20,000 டிப்ளமோ தாரர்களையும், 90,500 விஞ்ஞான மற்றும் கலைப் பட்டதாரிகளையும், 30,000 கணினி மென்பொருள் தேர்ச்சி பெற்றவர்ளையும் உருவாக்கி வருவதாக இந்த ஆவணம் கூறுகிறது.

இந்தத் தம்பட்டத்தின் மூலம் பல உண்மைகளை இந்த ஆவணம் புதைக்கிறது. அந்நிய முதலீட்டால் ஸ்டாண்டர்டு கார் தொழிற்சாலை, கிண்டி அம்பத்தூர் தொழிற்பேட்டைகளில் இருந்த ஏராளமான உதிரிபாக உற்பத்தித் தொழில்கள், கண்ணாடிப் பொருட்கள் செய்த சுதேசிகளின் சிறு தொழில்கள் எல்லாம் மாயமாக மறைந்து போனதையோ, தொழில்முனைவோர்களாக இருந்த இந்த மண்ணின் மைந்தர்கள் தெருவில் நிற்பதையோ இந்த ஆவணம் மறைக்கிறது.

இதனால் ஏற்பட்ட வேலை இழப்புகள் அதிகம். அந்நிய முதலீட்டால் உருவான வேலைவாய்ப்புகள் குறைவு என்பதையும் மறைக்கிறது.

பொறியியல் கல்லூரிகளில் 30 சதவீத இடம் காலியாகக் கிடப்பதையோ, படிப்பிற்கேற்ற வேலை கிடைக்காமல் படித்தவர்கள் தவிப்பதையோ கணினி மென்பொருள் துறையில் ஆட்குறைப்பு, சம்பளக் குறைப்பு புகுந்துவிட்டதையோ இந்த ஆவணம் தொடவுமில்லை; தீர்வு பற்றிப் பேசவுமில்லை.

நல்ல சம்பளம் கிடைக்கும் வேலைவாய்ப்புகள் சுருங்குவதால் வீடு கட்டும் தொழில் மற்றும் நுகர்பொருள் உற்பத்தி மந்தமடைந்து வருவதை இந்த ஆவணம் கண்டுகொள்ளவே இல்லை.

ஃபின்லாந்து நாட்டின் நூறு சதவீத முதலீட்டு நோக்கியா செல்போன் தொழிலை மற்ற நாடுகளில் வாங்கிய அமெரிக்க மைக்ரோ சாஃப்ட் நிறுவனம் இங்கே வாங்க மறுத்ததால் மூடப்பட்டது. எத்தனை புரிந்துணர்வு ஒப்பந்தங்கள் ஏட்டிலேயே உள்ளன? ஏன்? கட்டமைப்பு வசதி குறைவு மற்றும் சுருங்கும் உள்நாட்டுச் சந்தை ஆகியவற்றால் அந்நியர்கள் மட்டுமல்ல, சுதேசித் தொழில் முனைவோரும் சந்தையில் விளையாடிப் பணம் குவிக்கும் பண முதலைகளும்கூடத் தயங்குகிறார்கள்.

நாமக்கல்லில் கோடிக்கணக்கில் முட்டைகளை அழுகாமல் பேண, குளிர்பதன அமைப்பைக் கட்ட 2008ஆம் ஆண்டு அரசு - தனியார் கூட்டுத் துறையாக 10 கோடி ரூபாய் முதலீடு செய்யத் திட்டமிட்டது. இன்று வரை அது ஏட்டுச் சுரைக்காயாகவே இருக்கிறது.

இன்றைய அதிமுக அரசு காஞ்சிபுரம் மாவட்டத்தில் தோல்பொருள் உற்பத்திக்கென சில நூறு ஏக்கர் நிலத்தை ஒதுக்கிச் சிறப்புப் பொருளாதார மண்டலமாக இரண்டு ஆண்டுகளுக்குமுன் அறிவித்தது. இப்பொழுது கொள்வாரில்லை என இந்த ஆண்டு மூடிவிட்டது. காரணம் தொழில்கள் கட்டமைப்பு வசதிக் குறைவாலும் ஏற்றுமதியைச் சார்ந்து இருப்பதாலும் ஆளும் கட்சி பணம் பறிக்கத் தொந்தரவு கொடுப்பதாலும் பல புரிந்துணர்வு ஒப்பந்தங்கள் ஏட்டிலேயே நின்றுவிடுகின்றன.

2014-15ஆம் ஆண்டு தொழில் வளர்ச்சி ஆவணம், மொத்த தேச வருவாயில் தமிழ்நாட்டுத் தொழில்கள் அளித்த பங்கினைக் காட்டி தமிழ்நாட்டில் ஓஹோவெனத் தொழில் வளர்ந்துவிட்டதாகத் தம்பட்டம் அடிக்கிறது. அது ஒரு வகையான ஏமாற்று ஆகும்.

ஏன் எனில், அந்த ஜி.டி.பி. என்ற தேச மொத்த வருவாய் குறியீட்டெண் சொத்து வளர்ச்சியைக் காட்டுமே தவிர, தொழில் வளர்ச்சியின் ஆரோக்கியத்தைக் காட்டாது.

அடுத்து, ஏற்றுமதியைச் சார்ந்து உருவான டைடல் பார்க்கையும், கார்கள் உற்பத்தியில் பல பன்னாட்டு நிறுவனங்களின் நூறு சதவீத அந்நிய முதலீட்டையும் காட்டி அரசு பெருமைப்படுகிறது. அந்நியச் செலவாணி உள்ளே வருவது, வெளியேறுவது, கடன் சுமை ஆகியவற்றைக் கணக்குப்போட்டுப் பார்த்தால் நமக்கு நூறு சதவீத அந்நிய முதலீடு அந்நியக் கடனை ஏற்றிவிடும் முதலீடுகளாகும். நூறு சதவீத அந்நிய முதலீடுதான் தேச மொத்த வருவாயின் உபரியில் பெரும் பகுதியை அள்ளிச்செல்கிறது.

விவசாயிகள், தொழிலாளர்கள், குலத்தொழில் செய்வோர் வாழ்க்கையில் வறுமை மிஞ்சியதே தமிழகத்தில் காங்கிரஸ் ஆட்சி மாறக் காரணமாகும். கழக ஆட்சிகளிலும் இந்த வர்க்கங்களின் உரிமைகள் பறிக்கப்படவே செய்தன. இயற்கை வளங்களான மணல் தாதுக்கள், கருங்கற்கள். ரியல் எஸ்டேட் இவைகளால் புதிய பணக்காரர்கள் தோன்றினார்களே தவிர, உழைப்பாளி மக்களின் வாழ்க்கைத் தரம் உயரும் வகையில் குறைந்தபட்ச சம்பளம்கூட அமையவில்லை.

கருணாநிதி ஆட்சிக் காலத்தில் முதலாளிகளின் ஈவிரக்கமற்ற சுரண்டலுக்கு எதிராக நடந்த தொழிலாளர் போராட்டங்கள் அடக்கப்பட்டன. துப்பாக்கிச்சூடுகள் இருந்தன. எம்.ஜி.ஆர். காலத்திலும் இது தொடர்ந்தது. ஜெயலலிதா ஆட்சியில் உழைப்பாளி மக்கள் வேட்டையாடப்பட்டனர்.

முதலாளி பணத்தை முதலீடு செய்தால் தொழிலாளர்கள் தங்களது உழைப்பை முதலீடாகக் கொடுக்கிறார்கள். தொழிலைப் பேணுவதில் அவர்களுக்கும் அக்கறை உண்டு. எனவே, முதலாளியும் தொழிலாளி ஐக்கியமும் சம உரிமை படைத்தவர்கள் என்ற நவீன முதலாளித்துவக் கோட்பாடு நிலவி வரும் இக்காலத்தில் கூலி அடிமை முறையைப் பேணுகிற நிர்வாகமாகவே கழக அரசுகள் இருந்தன. சுருக்கமாக கழகங்களின் அரசாங்க நிர்வாகம் உணவுப் பாதுகாப்பிற்கு வேட்டு வைத்தது.

நீர், நிலம், காற்று மூன்றையும் கெடுக்கிற தொழில்நுட்பங்களைத் தொழில் வளர்ச்சியின் பெயரால் பாதுகாத்தது. பல்லவன் காலத்திலிருந்து உருவான பாசன வசதிகள் நகர்மயமாதல் என்ற பெயரால் அழிக்கப்பட்டன. தமிழக தொழில் மற்றும் விவசாயம் ஒன்றிய அரசின் பெருமுதலாளிகளின் ஆதிக்கத்தாலும் சொத்துக் குவிப்பில் திளைக்கும் திராவிடர் இயக்கத்தாலும் தமிழ் மக்கள் தலையில் கட்டப்பட்ட சோகம். இது ஓர் அசமத்துவ வளர்ச்சி. மக்களின் பொருளாதார ஆக்கத்திற்கு ஒரு தளர்ச்சி.

விடுதலைக்குப் பிறகும் பழைமையைப் பேணுகிற பிரிட்டிஷ் அரசாங்க அமைப்பு மாறாத நிலையில் இந்த இரு கட்சிகளும் அதிகார போதையில் சீரழிந்தன. பெரியார் கூறியதுபோல், முதுகுப் பக்கம் பார்த்துக்கொண்டு பிடிவாதமாக நடந்து பழைமையைப் பேணுகின்றன.

கல்வி, மக்களின் ஆரோக்கியம். எல்லாவற்றிற்கும் மேலாக, கவுரவமான வேலைவாய்ப்பு போன்றவற்றைக் கவனிக்காமல் நீள் துயில் கொண்டன. சொத்துக் குவிப்பில் கவனம் செலுத்தின.

ஆதிகால பிராமணிய சித்தாந்தம் உருவாக்கிய ஏற்றத்தாழ்வை அகற்றப் பிறந்த திராவிட சாதிய ஏற்றத்தாழ்வைப் பேணுகிற கட்சிகளாக ஆகிவிட்டன. பணபிரபுக்களைப் பேணுகிற கட்சிகளாகவும் அவை ஆகிவிட்டன.

இவ்விரு கட்சிகளும் மக்களின் பொதுப் பிரச்சினைகளுக்குத் தீர்வு காணும் கருவியான அரசியலை, தலைவர்களின் வறட்டுக் கவுரவச் சண்டைகளுக்கு ஆயுதமாக்கிவிட்டனர். மன்னர்கள் காலப் பழைமைவாதச் சடங்குகளையும் நெறிமுறைகளையும் வாரிசு உரிமைக் கோட்பாட்டையும் புதிதாகப் புனைந்து தனிநபர் துதியைப் பேணுபவர்களாகி விட்டனர். நாட்டுப்பற்று மற்றும் இன உணர்வு தனது பண்பாட்டைப் பேணிக்கொண்டே பிற மக்களோடு ஒத்துழைக்க அவசியமான உணர்வாகும். அந்த இன உணர்வை இன ஆணவமாகவும், சாதி ஆணவமாகவும் வளர்ப்பவர்களாகி விட்டனர்.

அரசாங்க அதிகாரத்தை ஆதி கால வேந்தன்போல் கையாள்வதில் நிபுணர்களாகி விட்டனர். மக்களால் தேர்ந்தெடுக்கப்படும் அவர்கள் மன்னர்கள் காலத்து தர்பார் ஆக்குவதில் வல்லவர்களாக ஆகிவிட்டனர். அரசியலைச் சொத்துக் குவிக்கும் தொழில்களின் பட்டியலில் இணைத்துவிட்டனர்.

பழைமையில் சிலவற்றைப் புனைந்து உருவாக்கிய, இவர்களின் அரசியல் கலாச்சாரத்தை எதிர்க்க ஏராளமான திராவிடர் இயக்கங்கள் முளைத்த வண்ணம் உள்ளன. இவர்களில் சிலர், அவர்களோடு போட்டி போடுபவர்களாகவும் உள்ளனர்.

இந்த இரு கட்சிகளாலும் பகுத்தறிவு, இனமானம், சுயமரியாதைக் கோட்பாடுகளில், இத்தகைய திருகு தாளங்கள் செய்ய எப்படிச் சாத்தியமானது என்பதைப் புரியவேண்டுமானால் மாற்றங்களின் வரலாறு அவசியம்.

❑

20

இலவசம் – ஓர் ஊழல் வலை

தி.மு.க., அ.தி.மு.க. ஆகிய இரு கட்சிகளும் போட்டி போட்டு டி.வி., மடிக் கணினி, சைக்கிள், செருப்பு, பல்பொடி, தாலிக்குத் தங்கம் மற்றும் முதியோர் பென்ஷன் முதல் இலவச மின்சாரம் மற்றும் உணவு மானியம் வரை மக்களுக்கு வழங்குவதைப் பற்றி இரண்டுவிதமான கருத்துக்களைத் தமிழ் மொழி ஊடகங்கள் உருவாக்கி வருகின்றன. ஏழையின் சிரிப்பில் இறைவனைக் காண்பதற்கு கருணாநிதியும், ஜெயலலிதாவும் போட்டி போடுவதாகச் சில ஊடகங்கள் சித்தரிக்கின்றன.

இதற்கு நேர்மாறாக அரசின் கடன் சுமைக்கும் இதர அபிவிருத்திக்கான நிதிப் போதாமைக்கும் இந்த இலவசத் திட்டமே காரணம் என்று நிதி மூலதன மேதாவிகள் சொல்வதைச் சில ஊடகங்கள் பரப்புகின்றன.

இந்த இரண்டுமே தவறான பிரச்சாரமாகும் என்பதை அரசு வரவு-செலவுக் கணக்கை ஊன்றிக் கவனித்தால் தெரியவரும். அரசாங்க மொத்த வருமானத்தில் எவ்வளவு இதற்காக ஒதுக்கப்படுகிறது, எவ்வளவு மக்களுக்குப் போய்ச் சேருகிறது, இதில் யாருக்கு அதிக லாபம் என்பதைப் பார்த்தாலே இது விளங்கிவிடும். அரசின் கடன் சுமைக்கும் அடிக்கட்டுமானப் பணிக்கு நிதிப் போதாமைக்கும் இலவசம் என்று சொல்லப்படுகிற ஏற்பாட்டிற்கும் சம்பந்தம் இல்லையெனக் காண முடியும். அதைவிட ஊழலில் திளைக்கும் இரண்டு கட்சிகளின் மூலவர்களுக்கும் அவர்களுக்கு அனுசரணையாக இருக்கும் அதிகாரிகளுக்கும், அரசு வருமானத்தை நிர்வகிக்கத் தெரியாதவர்கள் அரசின் வருமானத்தை வீணடிப்பவர்கள் என்பது தெரியவரும்.

இரு கழக ஆட்சியிலும் கல்வி, சுகாதாரம் மற்றும் இறைவனைக் காண ஏழை மக்களைச் சிரிக்கவைக்கும் திட்டங்களுக்கும் ஒதுக்கீடு என்பது வெகு குறைவே. அரசு மொத்த வருமானத்தில் பத்து சதவீதம்கூட ஒதுக்கியதாகச் சொல்ல முடியாது. கல்வி, சுகாதாரம் முதலியவற்றிற்கான நிதி ஒதுக்கீட்டையும் மற்ற பணக்கார

மாநிலங்களைவிடக் குறைவாகவே இரு கழக ஆட்சிகளும் ஒதுக்கி வந்திருக்கின்றன.

2015ஆம் ஆண்டில் மாநில அரசின் வரி மற்றும் வேறு வகை வருமானம், ஒன்றிய அரசு தந்த நிதி எல்லாம் சேர்த்து 2.3 லட்சம் கோடி ஆகும். இதில் இலவச ஏற்பாட்டிற்கு ஒதுக்கியது சுமார் 13 ஆயிரம் கோடி. அதாவது, 7 சதத்திற்கும் குறைவே. எனவே, கடன் சுமைக்கும் பட்ஜெட் பற்றாக்குறைக்கும் இவையே காரணம் எனக் காட்டுவது உண்மையை மறைப்பதாகும்.

அதர்ம வழியில் சம்பாதித்தவனும் பக்தனைப்போல் திருப்பதி உண்டியலில் காசு போடுகிற மாதிரி, இரு கழக ஆட்சிகளும் அரசாங்கப் பணத்தை அள்ளிக்கொண்டு போனதை மறைக்கவே இலவசத் திட்டங்களுக்குக் கிள்ளிக்கொடுத்து வருகிறது என்பதே உண்மை.

வளர்ச்சி அடைந்த முதலாளித்துவ நாடுகளிலும் வாழ்விற்கேற்ற வருவாய் இல்லாத மக்களுக்கு அரசு செய்யவேண்டிய கடமையாக இத்தகைய ஏற்பாடுகள் உள்ளன. இங்குதான் ஆள்வோரின் கருணையாகச் சித்தரிக்கப்படுகிறது.

இந்த ஏற்பாட்டில் நுகர்பொருள் தொழில் முதலாளிகளின் நலனும் அடங்கியிருப்பதால், சிறுதொழில் முனைவோருக்கும் அரசு உருவாக்கும் தொழிற்பேட்டைகள் சீராக நிலைத்து நிற்பதற்கும் உதவிட இயலும். சீனா பொருளாதார வளர்ச்சியில் வேகமாக முன்னேற இதுவே காரணம் ஆகும். ஆனால், கழக ஆட்சிகள் இதனை ஊழல் வலையாகப் பின்னியதே தவிர, தொழிற்வளர்ச்சியைக் கெடுத்தார்கள். இரு கழகங்களின் தேர்தல் பரப்புரையில் இலவச ஏற்பாட்டில் உள்ள ஊழல்களை அவிழ்த்து விடுவதைக் கவனியுங்கள். உறவினர்கள், அமைச்சர்கள், விசுவாசிகள், பேப்பர் கம்பெனிகள் வைத்து மட்டமான பொருட்களைக் கொடுத்து வரிப்பணத்தைச் சுருட்டுவதை அந்தப் பரப்புரைகள் காட்டிக்கொடுக்கின்றன. திமுக வின் கலர் டி.வி. ஊழலை, ஜெயா டிவியும், மிக்சி, கிரைண்டர் ஊழலைக் கருணாநிதி குடும்ப டிவிக்களும் ஒளிபரப்புவதைக் கவனியுங்கள்.

அதிமுக அரசு கொடுக்கும் அம்மா படம் போட்ட மடிக்கணினி தமிழக அரசிற்குச் சொந்தமான எல்காட் நிறுவனம் தயாரித்ததாக எழுதப்பட்டிருக்கும். 3 லட்சம் மடிக்கணினி தயாரிக்கிற அளவிற்குத் தொழிற்சாலையே இல்லாத ஒரு நிறுவனத்தின் முகமூடியை

அமைந்து சில ஆயிரம் கோடி கோடி அரசுப் பணத்தை அந்நிய நிறுவனங்கள், பெரு முதலாளிகள், கமிஷன் ஏஜெண்டுகள், புரோக்கர்கள், அமைச்சர்கள், விசுவாச அதிகாரிகள் பங்கிட்டுக் கொண்டனர். குப்பை மென்பொருளைக் கொண்ட மட்ட ரகக் கணினியை மாணவர்கள் தலையில் கட்டிவிட்டார்கள்.

இலவச ஏற்பாட்டால் இரு கழகங்களின் தலைமை பீடங்களும் ஏழையின் சிரிப்பில் இறைவனைக் காணவில்லை. மாறாகப் பெருமுதலாளிகள், கமிஷன் ஏஜெண்டுகள், புரோக்கர்கள் இவர்களது புன்னகையில் பணத்தைக் கண்டார்கள் என்பதே உண்மையாகும்.

ஒன்றிய அரசு திணிக்கும் அறிவியல் அடிப்படையற்ற தொழில் வளர்ச்சிக் கொள்கை, இரு கழகங்களுக்கும் ஊழலில் திளைக்க உதவுவதைக் கவனிக்கத் தவறக் கூடாது.

ஏற்றுமதியைக் குறிக்கோளாக வைத்து தொழிற்பேட்டைகள் உருவாக்கப்படுகின்றன அல்லது அந்நிய நிறுவனங்களின் மற்றும் கனரகத் தொழில்களின் உதிரிபாக உற்பத்தி மையமாகத் தொழிற்பேட்டைகள் உருவாக்கப்படுகின்றன. பொருளாதார நெருக்கடி பிற நாடுகளைத் தாக்கும்பொழுது தொழிற்பேட்டைகள் பாழடைகின்றன. அடுத்து, நமது பெருமுதலாளிகள் நடத்தும் கனரகத் தொழில் நிறுவனங்களின் சுரண்டலால் சிறு தொழில் முனைவோருக்குக் கட்டுப்படியான விலை கிடைப்பதில்லை. உதிரி பாக உற்பத்தியை நம்பியே தொழிற்பேட்டைகள் இருப்பதால் சீக்கிரத்தில் நோய்வாய்ப்பட்டு மூடப்படுகின்றன.

நமது மக்களுக்குத் தேவையான நவீன நுகர் பொருள்கள் உற்பத்தி மையமாகவும் தொழிற்பேட்டைகள் அமையுமானால், பெரு முதலாளிகள் மற்றும் அந்நிய நிறுவனங்களின் தயவில்லாமலே வாழ முடியும். இந்தப் புத்தி இரு கழகங்களின் தலைமை பீடங்களுக்கும் இல்லை.

❑

21

சட்டமன்றமா? ராஜதர்பாரா?

இன்று தமிழ் மக்கள் வாக்களித்து உருவான சட்டமன்றத்தால் மாநில அரசாங்க அலுவல்களைப் பரிசீலிக்க முடிகிறதா? முதலமைச்சரின் ஒன் டென் தர்பாராகச் சுருங்கிவிட்டதா? என்ற ஐயம் தமிழக மக்களை வாட்டுகிறது. நீதிமன்றத் தீர்ப்பால் பதவி விலக நேர்ந்த ஜெயலலிதா வீட்டிலிருந்தே சட்டமன்றத்தை ஆட்டிப் படைத்த வரலாறு எதைக் காட்டுகிறது?

இது ஓர் அரசியல் கட்சியின் குடும்ப விவகாரம், பிறர் தலையிட முடியாது என்று சொல்லிவிட முடியாது. அதிகாரத்தைப் பயன்படுத்திச் சொத்துக் குவித்த வழக்கை அதே அதிகாரத்தைப் பயன்படுத்தி 18 ஆண்டுகள் நிலுவையில் வைக்க முடிந்த ஒருவர் தண்டனை பெற்று மேல்முறையீடு காலத்தில் விசுவாசிகள் மூலம் அதே அதிகாரத்தைச் செலுத்த முடியுமா? என்ற கேள்விக்கு அவர்கள் பதில் சொல்ல வேண்டும்.

ஜனநாயகம் இருந்தால்தான் ஜீவிக்க முடியும் என்ற நிலையிலிருக்கும் கட்சிகளில் ஒன்றான அதிமுகவிற்கு அரசியல் நிர்ணய சட்டம் வகுக்கும் நெறிகளையோ, சட்டமன்ற விதிகளையோ, ஜனநாயகப் பண்பாடுகளையோ, கோட்பாடுகளையோ மதிக்காத போக்கு எப்படி வந்தது என்பதற்குப் பல காரணங்கள் உண்டு. அதில் மையமாக இருப்பது ஆளும் கட்சி என்ற வகையில் சட்டமன்றத்தைச் செயல்படுத்தும் முறை ஆகும். அதனை வரலாற்று நிகழ்வியக்க அடிப்படையில் பரிசீலிப்பது அவசியம்.

1952 முதல் தமிழ்நாட்டுச் சட்டமன்றம் எப்படிச் செயல்பட்டு வருகிறது என்பதைக் கவனித்தால் மக்களாட்சி மன்றமாக மேன்மையடையாமல் பல அம்சங்களில் பிரிட்டிஷ் ஆட்சிக்குக் கப்பம் கட்டிய நவாபுகள் அல்லது மகாராஜாக்கள் காலத்து தர்பாரின் பல அம்சங்களைக் கொண்டதாக உருமாறி வருவதைக் காண முடியும்.

நமது நாட்டு நாடாளுமன்றம், சட்டமன்றம் இவ்விரண்டையும் அரசியல் சட்டம் வகுத்த சட்ட விதிகளின்படி செயல்பட வைப்பது

மக்களால் தேர்ந்தெடுக்கப்பட்ட பிரதிநிதிகளின் கடமையாகும். அரசியல் சட்டத்தின் ஜீவனை மீறாமல் பாகுபாடற்ற அரசாங்க நிர்வாகத்திற்காக 1) சட்டவிதிகளைத் திருத்தல் அல்லது உருவாக்கல் 2) நிதி நிர்வாகம் 3) அரசாங்க அமைப்பின் மந்தம் மற்றும் ஊழல் மலிந்த செயல்பாட்டை விமர்சனம் செய்து பரிசீலித்து உரிய மாற்றங்களைக் கொண்டுவருதல் ஆகிய மூன்றும் நாடாளுமன்றம் மற்றும் சட்டமன்றங்களின் கடமைகள் என அரசியல் நிபுணர்கள் காட்டுகின்றனர். நாடாளுமன்ற மற்றும் சட்டமன்ற நிகழ்ச்சி நிரல் மற்றும் நடவடிக்கை ஆய்வு ஆண்டறிக்கைகளும் இவற்றையே குறிப்பிடுகின்றன.

இந்த மூன்று கடமைகளையும் நிறைவேற்றுவது அனைத்து உறுப்பினர்களின் பொறுப்பாகும். எனவே, கட்சிகளின் விகிதாசாரப் பிரதிநிதித்துவ அடிப்படையில் சட்டமன்ற உறுப்பினர்களின் குழுக்கள் உருவாக்க விதிகள் உள்ளன. மூன்று விதமான குழுக்களை உருவாக்க விதிகள் கூறுகின்றன.

(அ) நிதிக் குழுக்கள்

(ஆ) ஆய்வுக் குழுக்கள்

(இ) நிரந்தரக் குழுக்கள்

இந்தக் குழுக்கள் ஆழமாகப் பரிசீலித்துத் தயாரித்த அறிக்கைகள் அவையிலே வைக்கப்பட வேண்டும். அரசாங்கத்தின் கொள்கை அறிக்கையும் இந்தக் குழுக்களின் சிபாரிசுகளை அடிப்படையாகக் கொண்டு அவையிலே வைக்கப்பட வேண்டும். அங்கே விவாதத்திற்குப்பின் வாக்கெடுப்பு மூலம் சட்டமாகவோ, அரசிற்கு வழிகாட்டியாகவோ அவை உருப்பெறும்.

சட்டமன்ற நடவடிக்கைகளில் மிக முக்கியமானது கேள்வி நேரம், அவசரத் தீர்மானம், கவன ஈர்ப்புத் தீர்மானம், கண்டனத் தீர்மானம், நம்பிக்கை இல்லாத் தீர்மானம், நம்பிக்கை கோரும் தீர்மானம், ஒத்திவைப்புத் தீர்மானங்களின்மீது நடக்கும் விவாதங்கள், சட்டமன்றக் குழுக்களின் பரிசீலனை அறிக்கைகள், அரசின் கொள்கை அறிக்கைகள் போன்றவற்றின் மீது விவாதங்கள்.

அவற்றைவிட முக்கியமானது உள்ளே என்ன நடக்கிறது என்பதை மக்கள் அறிந்திட பிரஸ் கேலரி என்ற (பத்திரிகை, டி.வி. நிருபர்களின் இருப்பிடம்) அமைப்பு.

இதற்கென இடம் ஒதுக்கி, வசதிகள் செய்து கொடுப்பது சபாநாயகரின் பொறுப்புகளில் ஒன்று என விதிகள் கூறுகின்றன. ஏன்?

உறுப்பினர்கள் சபை நடவடிக்கைகளில் எவ்வாறு பங்களிக்கின்றனர் என்ற தகவல் அறிவது மக்களின் அடிப்படை உரிமையாகும். அவர்கள் தூங்குகிறார்களா, கைபேசித் தகட்டில் ஆபாசப் படம் பார்க்கிறாரா, உறுப்பினர்களை ஆத்திரமூட்டும் அசிங்க அசைவுகளைக் காட்டுகிறார்களா, எதிர் வரிசையினர் எதற்கு வெளிநடப்பு முதல் முழக்கமிட்டு சபை முடக்கம் வரை ஈடுபடுகிறார்கள். முதலமைச்சரைப் புகழ நேரத்தைச் செலவழித்துவிட்டு, தொகுதி மக்களை ஏமாற்ற அவர்கள் பிரச்சனைகளைப் பேசியதாக அவைக் குறிப்பில் எழுத சபாநாயகர் அனுமதிக்கிறாரா என்பவை மட்டுமல்ல, பொதுவாக உறுப்பினர்களின் பங்களிப்பை மக்களின் கவனத்திற்குக் கொண்டுசெல்வது பிரஸ் கேலரியின் கடமையாகும். சட்டமன்ற உறுப்பினர்களின் ஆக்க ஆற்றலையும் ஆளுமையையும் வெளிக் கொண்டுவர இதைவிடச் சிறந்த ஏற்பாடு இருக்க முடியாது.

மேலே கண்டவற்றை அளவுகோலாக்கித் தமிழக சட்டமன்ற நடவடிக்கைகளைப் பரிசீலித்தால் அதிர்ச்சியே கிடைக்கும். நடைமுறையில் நாம் காண்பது வேறு.

❑

22

சபாநாயகரும் அதிகாரமும்

முதலில் சபையை நடத்தும் சபாநாயகரின் நிலைமை என்ன? வானளாவிய அதிகாரம் சபாநாயகருக்கு இருப்பதாகக் கூறப்படுகிறதே! அது உண்மையா? வானளாவிய அதிகாரம் சபாநாயகருக்கு இருப்பதாகக் கூறப்படுவது ஒரு தோற்றப் பிழை ஆகும். பிரிட்டிஷ் காலத்து சம்பிரதாயங்கள், சடங்குகள் அவரை உயர்ந்த அதிகாரம் படைத்தவர் என்ற தோற்றத்தை உருவாக்குகின்றன. சட்டமன்ற விதிகளின் 87வது விதியில் உள்ள பிரிவின்படி சட்டமன்ற உறுப்பினர்கள் வெளியே செல்ல சபாநாயகயர்முன் குனிந்து நின்று அனுமதி கேட்க வேண்டும். சட்டமன்ற உறுப்பினர் அல்லாத முக்கியமானவர்கள் வர நேர்ந்தால் அவர் அனுமதியின்றி கைதட்டக் கூடாது. அந்த விதிகளின்படி சட்டாம்பிள்ளை என்ற அந்தஸ்து தவிர, இன்றைய சபாநாயகருக்கு வேறு அதிகாரம் இருப்பதாக நடைமுறையில் தெரியவில்லை. சட்டமன்ற விதிகள் அவரை நடுநிலை வகிக்கச் சொல்கின்றன. ஆனால், இன்றைய சபாநாயகர்களுக்கு அந்த விதிகளின்படி நடக்கும் உறுதி எதுவுமிருப்பதாகக் கண்ணில் படவில்லை.

முதலமைச்சரின் கண் அசைவுக்கேற்ப சபாநாயகர் ஆடுகிற நிலைமைதான் தமிழக சட்டமன்றத்தில் நிலவுகிறது.

வரலாறு கூறுவது என்ன? 1971ஆம் ஆண்டு உருவான சட்டமன்றத்தில் தி.மு.க.வில் ஏற்பட்ட பிளவால், சபாநாயகராக இருந்த கே.ஏ. மதியழகன் ஆளும் பிரிவிற்குச் சாதகமாகச் செயல்பட மறுத்ததால் அவரை சபாநாயகராகத் தேர்வுசெய்த கட்சியே அவர் மீது நம்பிக்கை இல்லாத் தீர்மானம் கொண்டுவந்து நிறைவேற்றியது. அதனால் பதவி விலகினார். பின்னர் உதவி சபாநாயகர் சீனிவாசன்மீது நம்பிக்கை இல்லாத் தீர்மானம் கொண்டுவரப்பட்டதால் அவரும் வாக்கெடுப்பிற்கு முன்னரே பதவியை ராஜினாமா செய்தார். இதில் வேடிக்கை என்னவெனில் முதலில் இந்திய கம்யூனிஸ்ட் கட்சியைச் சார்ந்த கே.டி.கே. தங்கமணி இவர்மீது கொண்டுவந்த நம்பிக்கையில்லாத் தீர்மானம் தோற்கடிக்கப்பட்டது.

பின்னர், திமுகவைச் சார்ந்த கந்தப்பன் கொண்டுவந்த தீர்மானம் விவாதிக்கும்பொழுதே சீனிவாசன் பதவியை ராஜினாமா செய்துவிட்டார். இதன்மூலம் தமிழக சட்டமன்றம் ஒரு புதிய சம்பிரதாயத்தை உருவாக்கிவிட்டது. ஆளும் கட்சிக்கு விசுவாசமாக இருப்பவர்களே சபாநாயகராக முடியும் என்ற நிலை வந்தது. என்ன காரணத்தினாலோ, சபாநாயகரின் நடுநிலையை உறுதிப்படுத்த சட்டமன்றம் தவறுகிறது. இந்த நிலையால் அதிகாரிகள், அமைச்சர்கள் செயல்பாட்டுக் குறைகளை விதிகளின்படி விவாதப் பொருளாக்க சபாநாயகரின் தலையீடு இல்லாமல் போனது மட்டுமல்ல; விவாதங்களை மறுக்கும் நிலை வந்தது. சட்டமன்ற விவாதத்தின் மூலம் சரிசெய்யக்கூடிய பல பிரச்சினைகள் நீதிமன்றத் தலையீட்டை ஈர்க்க நேர்ந்து வருகிறது.

மக்களால் உருவாக்கப்பட்ட சட்டமன்றம் மக்களின் உரிமைகளைப் பறிக்கும் இன்னொரு கருவியாக ஆனது.

2011ஆம் ஆண்டு அதிமுக மூன்றாம் முறையாக அமர்ந்தவுடன் சபாநாயகர் பதவி மீண்டும் முதலமைச்சரின் விருப்பு வெறுப்பிற்குப் பலியாகும் ஜீவராசியானது. 2011 மே மாதம் சபாநாயகராக அமர்ந்த ஜெயக்குமார் 2012இல் பதவியைத் துறந்தார். ஏன் பதவியைத் துறந்தார்? அவராகப் பதவியைத் துறந்தார? பதவியைத் துறக்க மிரட்டப்பட்டாரா? பதவியைத் துறக்க அதிமுக சட்டமன்ற உறுப்பினர்கள் கூடி முடிவு எடுத்தனரா என்பதெல்லாம் ஒரு மர்ம முடிச்சு. நடுநிலை எடுத்துச் செயல்பட வேண்டிய சபாநாயகர் பதவியிலிருப்பவர்மீது நம்பிக்கை இல்லாத் தீர்மானம் விவாதிக்கப்படாமலே பதவி பறிக்கப்பட்டது சட்டமன்றத்தை அவமதிப்பதாகும். அதைவிட அதிமுக சட்டமன்ற உறுப்பினர்கள் மக்கள் வாக்குகளால் உருவான சட்டமன்றத்தை அம்மா தர்பாராகச் சுருக்கிவிட்டனர் என்பதையே காட்டுகிறது.

முதலமைச்சரின் கண் அசைவிற்கேற்ப செயல்பட மறுத்தால் பதவி பறிபோவது நிச்சயம் என்பதால் சபாநாயகரைப் பதற்றத்தோடு செயல்பட வைத்துவிடுகிறது. சட்டமன்றம் விவாதித்து முடிவுசெய்ய வேண்டிய நலத் திட்டங்களை விவாதத்திற்கு உட்படுத்தாமல் பொது முக்கியத்துவம் வாய்ந்தவற்றை அறிவிப்புச் செய்ய அனுமதிக்கும் 110 விதியின்கீழ் அறிவிக்கிற சம்பிரதாயத்தை சபாநாயகர் அனுமதியுடன் அம்மா அரசு பின்பற்றியது. சட்டமன்ற விதிப்படி சபாநாயகரின் அனுமதி இல்லாமல் முதலமைச்சரே அறிவிப்பு செய்ய இயலாது. அவர் கருதினால் நலத்திட்டங்களை எல்லாம் சட்டமன்றத்தில் விவாதித்து முடிவு செய்வது நல்லது.

அதிகாரிகள் கரிசனத்தோடு செயல்பட சட்டமன்ற விவாதம் அவசியம் என முதலமைச்சருக்கு அறிவுறுத்த அதிகாரம் படைத்தவர். ஆனால், பதவியில் தொடர அம்மா தயவு தேவை இருப்பதால் சபாநாயகர் தனக்கு இருக்கும் அதிகாரத்தைச் சுருட்டி வைத்து விடுகிறார்.

சட்டமன்ற விதி 110(1) பொது முக்கியத்துவம் கருதி அமைச்சர்கள் சட்டமன்றத்திலே அறிக்கைகள் சமர்ப்பிக்க சபாநாயகர் அனுமதிக்கலாம். அந்த நேரத்தில் அதன்மீது விவாதம் நடத்த உரிமை இல்லை. பின்னர், இதனை விவாதப் பொருளாக்க உறுப்பினருக்கு உரிமை உண்டு என்பதை இந்தப் பிரிவு தடுக்கவில்லை. ஆனால், இதன் பொருளைச் சிதைத்து, 110 விதியின் கீழ் முதலமைச்சர் ஜெயலலிதா அறிவிப்பின்மீது விவாதிக்கும் உரிமையை நிரந்தரமாக மறுத்து சபாநாயகர் உத்தரவிடுவது வழக்கமாகிவிட்டது. சட்டமன்றத்தையே ஜெயலலிதாவின் ஒன் டென் (110) தர்பாராக சபாநாயகர் ஆக்கியது ஜனநாயகக் கோட்பாடுகளை அவமதிப்பதாகும்.

அதோடு, ஜெயலலிதா அம்மையார் தெய்வப் பிறவி என்ற தோற்றத்தைப் பதிவுசெய்ய அதிமுகவினரின் துதிகளும் மேசைப் பலகையை தட்டுவதும் சட்டமன்றத்தின் மேன்மையைச் சிறுமைப்படுத்தின. இந்தச் சட்டமன்றம் மக்களால் தேர்ந்தெடுக்கப்பட்ட அரசியல் தலைவர்களின் சபை என்பதை மறக்கடித்தது.

வேதனை என்னவெனில் பெரியாரும் அண்ணாவும் சம்பாதித்துக் கொடுத்த தன்மானம் என்ற சொத்தை, அம்மா காலடியில் கிடத்த ஒரு கட்சி தயாராகும்போது எதிர் வரிசையிலிருக்கும் திராவிடர் இனமானக் கட்சியும் தங்கள் தலைவரே தெய்வங்களுக்கெல்லாம் தெய்வம் என நிறுவிட ஒரு போட்டியை உருவாக்குகின்ற காட்சியைக் காண்கிறோம். விளைவு, அரசியல் நிர்ணயச் சட்டம் கூறுகிற கடமைகளைப் புறக்கணிப்பதாக சட்டமன்றம் தள்ளப்படுகிறது. சபாநாயகர் அதிகாரத்தால் பிரஸ் கேலரியைத் தணிக்கை செய்யாமல் இருந்தால் உறுப்பினர்கள் ஒழுங்காக நடக்க முன்வருவர். எங்குமில்லாத தடைகளை இங்கே ஊடகங்கள் சந்திப்பதால் சட்டமன்றம் அம்மா தர்பாராகச் சுருங்கியிருப்பதை மக்கள் அறிய வாய்ப்பில்லை. தி.மு.க. ஆட்சிக் காலத்தில் சபாநாயகர் ஆளும் கட்சியின் கைப்பாவையாக ஆக்கப்பட்டார். அ.தி.மு.க. ஆட்சிக் காலத்தில் சட்டமன்றமே தர்பாராகச் சீரழிந்தது.

❑

23

சட்டசபை முடக்கம்

உதாரணமாக, விதி 74 (1) சட்டமன்ற உறுப்பினர்களுக்கு மக்களைப் பாதிக்கிற நிகழ்வுகள், அரசாங்க நிர்வாகக் கோளாறுகள் போன்றவற்றை விவாதிக்க அவசரத் தீர்மானம் கொண்டுவரும் உரிமை உண்டு. சபாநாயகர் தனது அதிகாரத்தைப் பயன்படுத்தித் தீர்மானத்தை நிராகரித்து விடுகிற நிலைமை இருப்பதால் எதிர்க் கட்சிகள் சட்டசபையை முடக்க முழக்கமிட நேருகிறது. அமைச்சர்கள் மற்றும் அதிகாரிகளின் நடவடிக்கைகளில் உள்ள குறைகள் சரி செய்யப்படாமல் போகின்றன.

சபாநாயகரால் நிராகரிக்கப்பட்ட அவசரத் தீர்மானங்களைப் பரிசீலிக்க ஒரு சட்ட நிபுணர்கள் குழுவை சட்டமன்றம் அனுமதித்தால் சபாநாயகர் நடுநிலை தவறி அளித்த தடைகள் அம்பலத்திற்கு வரும். சபாநாயகர் முதலமைச்சரைத் திருப்திப்படுத்த விதிகளை வளைக்கிறார் என்பது வெளிவரும்.

சட்டமன்றத்தில் அமைச்சர்களின் அறிவிப்புகள், உறுதிமொழிகள் முதலியவற்றை நிறைவேற்ற அரசாங்க எந்திரம் எந்த அளவிற்குக் கரிசனம் காட்டுகிறது என்பதைச் சட்டமன்ற உறுப்பினர்கள் அடங்கிய உறுதிமொழிக் குழு வருடா வருடம் அறிக்கை தயாரிக்கிறது. இந்த அறிக்கை முதலமைச்சர் உட்பட அமைச்சர்கள் கொடுக்கும் உறுதிமொழிகளின் தலைவிதியைத் தேடிக் கண்டுபிடித்து நிலவரத்தை சபைக்குத் தெரிவிக்கிறது. ஊடகங்கள் வாயிலாக மக்கள் அறிய வாய்ப்பு உள்ளது.

பல ஆண்டுகள் நிதி இல்லை என்று கூறி ஆரம்ப சுகாதார நிலையத்தை மேம்படுத்துவது முதல் பள்ளிக்கூடக் கூரை வேய்தல் வரை கிடப்பில் போடப்படுவதைக் காணலாம். 2004ஆம் ஆண்டு அப்போதைய மக்கள் நல்வாழ்வுத் துறை அமைச்சர் சதுரங்கப் பட்டினத்தில் உள்ள ஆரம்ப சுகாதார நிலைய மேம்பாட்டிற்குக் கொடுத்த வாக்குறுதி 2013இல் நிறைவேற்றப்பட்டதாக உறுதி மொழிக் குழு அறிக்கை கூறுகிறது. 26 லட்சம் ரூபாய் செலவு செய்து இதனை கட்டியதாகக் கூறுகிறது. நிதி இல்லை என்று கூறி பத்தாண்டுக் கணக்கில் மக்கள் நலத் திட்டங்கள் தள்ளிவைக்கப் படுவதை இது காட்டுகிறது. உறுதிமொழி என்பது வாக்கு வங்கியைக் காக்க பிரயோகிக்கப்படும் ஓர் ஏமாற்று என்பதை நிதிக் குழுக்களின் அறிக்கையையும் உறுதிமொழிக்குழு அறிக்கையையும் இணைத்துப் பார்க்கும்போதுதான் ஒருவர் உணர முடியும். கிராமப்புற மற்றும் நகர்ப்புற உழைப்பாளிகளை ஏழைகளாக வைப்பதற்கு அரசு எந்திரம் எவ்வாறு செயல்படுகிறது என்பதை இந்த அறிக்கைகளை ஆய்வு செய்தால் காணலாம்.

❑

24

சட்டமன்றக் கேள்வி நேரம்

சட்டமன்றத்தில் கேள்வி நேரம் முக்கியமானது. உறுப்பினர் கேள்விகளுக்கு சம்பந்தப்பட்ட அமைச்சர்கள் பதில் சொல்ல வேண்டும். சபாநாயகர் அனுமதித்தால் அதை ஒட்டி உறுப்பினர்கள் துணைக் கேள்வி கேட்கலாம். இந்தக் கேள்வி நேரம் பல ஜனநாயக நாடுகளில் இல்லாத ஒரு சிறப்பு அம்சம் என்றும் கூறப்படுகிறது. ஆனால் இந்தக் கேள்வி நேரம் சமீப காலத்தில் கேலிக்கூத்தாக ஆக்கப்படுவதைக் காணலாம். கேள்விகளை முதலில் அதிகாரிகள் வடிகட்டுகின்றனர், பின்னர், சபாநாயகர் அதையும் வடிகட்டிப் பட்டியலாக்குகிறார். கேள்வி கொடுத்து 42 நாட்கள் கடந்த பிறகே கேள்வி கேட்ட உறுப்பினருக்கு கேள்வி ஏற்றுக்கொள்ளப்பட்டதா, இல்லையா என்பதை சபாநாயகர் தெரிவிக்கிறார். அமைச்சர் பதில் கூற கால எல்லை விதிகளில் இல்லாததால் பல மாதங்கள் கழித்தே பதில் பெறமுடிகிறது. குறைபாடுகளையோ, ஊழல் நடவடிக்கைகளையோ, மந்த நடவடிக்கைகளையோ வெளிக் கொண்டுவருகிற கேள்விகளாக இருந்தால் சபாநாயகர் நிராகரிக்கிற போக்கு இருப்பதைக் காணலாம். அரசின் குறைகளைப் பாதுகாக்கும் முறையிலேயே சபாநாயகர் உள்ளிட்ட அதிகார பீடங்கள் செயல்படுகின்றன என்பதை இதிலிருந்து புரிந்துகொள்ளலாம்.

விதி 56ன்படி ஒத்திவைப்புத் தீர்மானம் முன்மொழிய உறுப்பினருக்கு உரிமை உண்டு. ஆனால், விதிகள் 57,58,59 அந்த உரிமையைப் பறிக்க சபாநாயகருக்கு அதிகாரம் கொடுத்துவிட்டது. சட்டமன்றத்தில் எதிர்க்கட்சிகளின் வாய்களை அடைக்கும் சட்டாம்பிள்ளையாக சபாநாயகர் அதிகாரத்தைச் செலுத்த முடிகிறதே தவிர, முதலமைச்சரின் தர்பாராக ஆவதைத் தடுக்க இயலவில்லை. முன்பைவிட மக்களிடையே அரசியல் விழிப்புணர்வு வளர வளர சட்டமன்ற நடவடிக்கைகள் சுருங்கித் தனிநபரின் தர்பாராக ஆவதை உணர முடியும். இந்த முரண்பாடு எப்படி இயங்குகிறது என்பதைப் புரிவது சற்று கடினம்.

❑

25

சட்டமன்ற உறுப்பினரின் கடமை

ஒரு சட்டமன்ற உறுப்பினரின் மூன்று கடமைகள். சட்டம் வடித்தல், நிதி நிர்வாகத்தைக் கண்காணித்தல், அரசு எந்திரத்தை விமர்சித்துச் சரிசெய்தல்.

ஆனால், நடைமுறையில் எம் எல்.ஏ. என்றால், தொகுதியில் தெருவிளக்கு முதல் கழிவுநீர் அகற்றுதல் வரை மேற்பார்வையிடுபவர் என்ற தோற்றத்தை உருவாக்கி விட்டனர். எல்லாத் தொகுதிப் பிரச்சனைகளுக்கும் சட்டமன்ற உறுப்பினரின் தலையே உருளும் நிலை உள்ளது. இதன் விளைவாக அமைச்சர்கள், அதிகாரிகள் தயவில்லாமல் தொகுதி மேம்பாட்டைக் காணவே முடியாது. அரசியல் நிர்ணயச் சட்டம் வகுத்த கடமைகளை நிறைவேற்ற கயிற்றில் நடக்கும் கழைக்கூத்தாடியின் நிலைமைக்கு சட்டமன்ற உறுப்பினர்கள் தள்ளப்படுகின்றனர். சபையில் அய்யா - அம்மா புகழைப் பாட மறுத்தால் திமுக, அதிமுக சட்டமன்ற உறுப்பினர் தொகுதிப் பக்கமே போக முடியாத நிலையை அதிகாரிகள் உருவாக்கி விடுவர். இதனால், நடைமுறையில் சட்டமன்றம் முதலமைச்சர்களின் தர்பாராகச் சுருங்கிவிடுகிறது. இதன் விளைவாக, சட்டமன்றத்திலே பல பிரச்சனைகள் பேசப்படாமல் போவதைக் காண்கிறோம். அரசின் கொள்கை அறிக்கைகள் எதார்த்த நிலவரங்களைக் கணக்கில் கொள்ளாமல் சாதனைகளைச் சொல்லும் ஆவணங்களாக ஆகிவிட்டதைக் காண்கிறோம். கல்வி சம்பந்தமான கொள்கை அறிக்கையில் கழிப்பிட வசதி இல்லாத, நூலகம் இல்லாத பள்ளிகளைப் பற்றிய விவரத்தைத் தேடினால் கிடைக்காது.

மனை வணிக வியாபாரத்தால் விவசாயமும் ஏரி, குளம் மற்றும் நீர்ப்பாசன வசதிகளும் எவ்வளவு பாதிக்கப்பட்டிருக்கின்றன என்பது விவசாயக் கொள்கை அறிக்கையில் இடம்பெறாது. கிரானைட் கொள்ளையர்கள் விவசாய நிலத்தைக் கெடுத்த விவரம் இடம்பெறாது.

தனியார்மயக் கொள்கையால் பொருளாதாரக் கட்டமைப்பு வளர்ச்சியில் ஏற்படும் மந்தத்தைச் சட்டமன்றம் விவாதிக்கத் தேவையான தகவல்கள் இந்த ஆவணங்களில் கிடைக்காது.

மக்களுக்காக மக்களின் பிரதிநிதிகளால் இயககப்பட வேண்டிய சட்டமியற்றும் அமைப்புகளான தமிழகம் மட்டுமல்ல, இந்திய நாடாளுமன்றம், மாநில சட்டமன்றங்கள் பணக்காரர்களின் காஸ்மோ பாலிட்டன் கிளப்பாக ஆகிக் கிடப்பதை, இந்திய அரசியலின் சீரழிவு எதனால் என்பதை மார்க்சிஸ்ட் கட்சியின் திட்டம் சுட்டிக்காட்டுகிறது.

ஐம்பதாண்டு கால முதலாளித்துவ - நிலப்பிரபுத்துவ ஆட்சியில் அரசு அதிகாரத்தின் அனைத்து அமைப்புகளும் சிதிலமடைந்துவிட்டன. முதலாளித்துவ வளர்ச்சிப் பாதையின் பிரதிபலிப்பான அதிகபட்சமாக மத்தியத்துவப்படுத்தப்பட்ட அதிகார வர்க்கமுறையின் அடிப்படையிலேயே நிர்வாக முறை உள்ளது. சுரண்டல் வர்க்கத்தின் நலனைப் பாதுகாக்க, பணிவுடன் சேவை செய்கிற, மக்களிடமிருந்து துண்டிக்கப்பட்டுள்ள அதிகாரிகளின் கையிலேயே அதிகாரங்கள் குவிக்கப்பட்டுள்ளன. அதிகார வர்க்கத்தின் அபரிமிதமான வளர்ச்சி. ஆளும் வர்க்கத்துடன் அதற்குள்ள வலுவான கூட்டு, அதிகாரிகள் மத்தியில் பரவலாக இருந்துவரும் லஞ்சம் போன்றவற்றால் சமூகத்தின் ஜனநாயகக் கட்டமைப்பு பலவீனமடைந்துள்ளது.

நாடாளுமன்ற ஜனநாயக முறைக்கோ. ஜனநாயகத்திற்கோ உழைக்கும் மக்களிடமிருந்தோ, அவர்களது நலனை பிரதிநிதித்துவப் படுத்தும் கட்சிகளிடமிருந்தோ ஆபத்து வரவில்லை. சுரண்டும் வர்க்கங்களிடமிருந்துதான் ஆபத்து வருகிறது. தங்களது குறுகிய நலனைப் பாதுகாத்துக்கொள்வதற்காக நாடாளுமன்ற அமைப்பின் உள்ளிருந்தோ அல்லது வெளியிலிருந்தோ இதைப் பலவீனப்படுத்தி தங்கள் கருவியாகப் பயன்படுத்த முயற்சிக்கின்றனர். தமிழக அரசியல், இந்திய அரசியல், உலக அரசியல் இம்மூன்றிற்கும் உள்ள தொடர்பினை அறியாமல், திராவிடர் இயக்கத்தின் சீரழிவை மதிப்பிட இயலாது. மக்களுக்கும் திராவிடர் இயக்கத்திற்கும் உள்ள உறவு உணர்ச்சிமயமானது. அது பற்றி விவாதிப்பது அவசியம்.

❑

26

மழை வெள்ளம் போதித்த அரசியல் பொருளாதாரம்

1976ஆம் ஆண்டு அடைமழையால் செம்பரம்பாக்கம் ஏரி உடைந்து அண்ணாநகரை மூழ்கடித்த பிறகு சென்னையில் உள்ள தொழில்நுட்ப உயர்கல்வி நிறுவனங்கள் மற்றும் ஆய்வு நிறுவனங்களின் ஆய்வாளர்கள் கள ஆய்வுகள் நடத்தி வெள்ளமும் வறட்சியும் அடுத்தடுத்து வந்து சென்னையைத் தாக்காமல், மக்கள் நலனையும் பொருளாதாரத்தையும் பாதுகாக்க அறிவியல்பூர்வமான பல அணுகுமுறைகளையும் ஆலோசனைகளையும் மலைபோல் குவித்து வருகின்றனர்.

சென்னை நகரில் வார்டு வாரியாக நிலத்தடி நீரின் அளவு, அதன் அமிலத்தன்மை, அதிலிருக்கும் உப்பு வகைகள், மழைநீர் தேங்குமிடங்கள் இவை பற்றிய துல்லியமான விவரங்கள் கொண்ட ஆய்வு அறிக்கைகள் அரசிடமே ஏராளமுண்டு. 2003ல் நிலத்தடி நீரைப் பேணச் சட்டமே கொண்டுவரப்பட்டது.

சிங்கப்பூரைப் பார்! வட அமெரிக்கா மற்றும் பிரிட்டன் கடலோர மாநிலங்களைப் பார்! நவீனத் தொழில்நுட்பம் மூலம் மழை நீரை பூமிக்குள் அனுப்பி நிலத்தடி நீர் வற்றாமல் பேணுவதைப் பார்! குடிசைகளே இல்லாத நகர்களைப் பார் என்று வாயாடுகிற திராவிடர் இயக்கத்தினரின் வாய்வீச்சு ஓர் ஏமாற்று என்பதை 2015 சென்னை வெள்ளம் காட்டிக் கொடுத்துவிட்டது. எல்லோருக்கும் எல்லாம் தெரிந்திருந்தும் நம்மை வெள்ளமும் வறட்சியும் மாறி மாறித் தாக்குவது ஏன்?

1976க்குப் பிறகு சென்னை சந்திக்கும் வெள்ளத்திற்கும் குடிநீர்த் தட்டுப்பாட்டிற்கும் பழைமையான அரசியல் பொருளாதார அணுகுமுறையே முழுமையான காரணமாகும். .

இன்று நாம் காண்பதென்ன? ஊடகங்களில் சில அரசியல் வாயாடிகளின் சத்தம் அறிவியல்பூர்வமான சர்ச்சைகளை அமுக்கிவிடுவதைக் காண்கிறோம். மற்ற ஜனநாயக நாடுகளில் உள்ளதைப்போல இங்கு விஞ்ஞானிகளும், பேராசிரியர்களும்,

நிபுணர்களும் கருத்துக் கூற பெரும்பாலும் முன்வருவதில்லை. உண்மையைத் தேடும் சர்ச்சையில் ஈடுபடுவதில்லை. சிலரை அரசியல் பயமுறுத்துகிறது. பலரை மதம் பயமுறுத்துகிறது. பதவிகள் கொடுத்தும் சிலர் வாயை அரசு அடைத்துவிடுகிறது.

மொத்தத்தில் சுயநலப் பொருளாதாரமும் அதனைப் பேணுகிற அரசியலும் இந்தியாவை தரித்திரர்களின் நாடாக ஆக்குகிறது என்பதை அரசியல் வாயாடிகளின் சத்தம் மறைத்துவிடுகிறது. இத்தகைய காரணங்களால் மழைக் காலத்தில் தண்ணியில கண்டம். கோடை காலத்தில் தண்ணி இல்லாத கண்டம் என்ற இரண்டையும் மக்களால் தாண்ட முடியாமல் போகிறது.

உதாரணமாக, பாலாற்றில் தடுப்பணைகள் கட்டினால் நிலத்தடி நீர் பெருகும் என்பது அறிவியல் அரிச்சுவடி. ஆனால், அரசு ஏன் தடுப்பணைகள் கட்ட ஆர்வம் காட்டுவதில்லை? கட்டப்பட்டதாகக் கூறப்பட்ட அணையும் ஏன் காணாமல் போகிறது? ஏன் ஆறுகளில் ரசாயனக் கழிவுகள் கலப்பதைத் தடுக்க மறுக்கிறது?

தமிழ்நாட்டில் மணல், நீர்க் கொள்ளையர்களின் கொலைவெறி ரியல் எஸ்டேட் தொழில் ஆகியவற்றில் அரசியல் செல்வாக்கு ஓங்கி இருப்பதால் தடுப்பணைகள் முளைக்க சிரமப்படுகிறது. தடுப்பணை கட்டுவதால் நிலத்தடி நீர் பெருகும். அதனால், விவசாயிகளும் நகர்ப்புற ஏழைகளும் பயனடைவர். ஆனால், செல்வாக்குள்ள அரசியல் குடும்பத்தினர் நடத்தும் மணல், பாட்டில் நீர் வியாபாரம் படுத்துவிடும்.

அரசு தரும் புள்ளிவிவரமே கூறுவதென்ன? மழை நீர் இயற்கையாக நிலத்தடி நீராக பூமிக்குள் போவதைவிட பாட்டில் நீர் தொழிலுக்காக வெளியே எடுப்பது அதிகம் என்பதைக் காட்டுகிறது. சென்னைக்கருகே உள்ள மாவட்டங்களில் விவசாயம் மறைந்து நிலம் தரிசாகப் போவது உணவுப் பாதுகாப்பிற்கு ஆபத்து என்று அரசின் கொள்கை அறிக்கைகளே குறிப்பிடுகின்றன.

இந்தியாவின் பாட்டில் நீர் வியாபாரத்தில் 50 சதவிதம் சென்னையைச் சுற்றி உள்ளதாக பாட்டில் நீர் உற்பத்தியாளர்கள் சங்க வலைத்தளம் கூறுகிறது. தமிழ்நாட்டில் சுமார் 400 பாட்டில் குடிநீர் தயாரிப்பு நிறுவனங்கள் பதிவு செய்யப்பட்டுள்ளன. அவற்றில் 200க்கும் அதிகமான நிறுவனங்கள் சென்னையைச் சுற்றி உள்ளன.நெருங்கிப் பார்த்தால் இவற்றை நடத்துவது பெரும்பாலும் அரசியல் செல்வாக்குள்ள குடும்பங்களாக இருப்பது தெரியவரும்.

சென்னையில் தினசரி 10 ஆயிரம் லாரிகள் நீர் வியாபாரத்தில் இருப்பதாகக் கூறப்படுகிறது. இது தவிர, குடிநீர் வடிகால் வாரிய நீரை மாநகராட்சி வாங்கிக் குழாய்மூலம் கொடுக்காமல் தினசரி 4 ஆயிரம் லாரிகளில் நீர் கொடுத்து வருகிறது. நாள் ஒன்றுக்கு 50 லட்சம் குடிநீர் பாக்கெட் விற்பதாகக் கூறுகிறது. டாஸ்மாக் வர்த்தகம், பாக்கெட் குடிநீர் வர்த்தகம் இரண்டும் இணைபிரியாத் தொழில்களாக லாபத்தை வேகமாகக் குவிக்கும் தன்மையுடன் உள்ளன. இந்த பிளாஸ்டிக் பைகள் வெள்ள நீரின் நிலத்தடிக் கசிவையும் தடுக்கிறது. வெள்ளக் கால்வாய் நீர்ப்போக்கையும் தடுக்கிறது என்பதை சென்னை வெள்ளம் காட்டவில்லையா? மக்களின்மீது பழி போடாமல் பிளாஸ்டிக் கழிவுகளைத் திரட்டிடவும் மக்காத குப்பைகளை மறுபடி பயன்படுத்தவும் முடியும் என்ற அறிவு இல்லாமலா அரசு இருக்கிறது? ஏரிகளையும் குளங்களையும் ஆறுகளையும் பேணி, குழாய்கள்மூலம் நீர் வழங்கினால் குடி முழுகிவிடுமா என்ன?

ஒரு காலத்தில் அரசியல் பொருளாதாரத்தை இயக்கியது முதலாளிகளின் லாபமே. அந்தக் காலம் மலை ஏறிவிட்டது. மக்களின் வாழ்வையும் இயற்கையையும் பேணுகிற உற்பத்தி முறைகளே நிலைக்கும் என்று அது மாறிவிட்டது. இன்று தேச மொத்த வருவாயை யாரும் கவனிப்பதில்லை. மனித மேம்பாட்டுக் குறியீட்டு எண்ணே அடிப்படையாக உள்ளது. உழைப்பாளிகளின் தொழில்நுட்பத் திறனையே பொருளாதாரத்தின் வலிமையை அளக்கும் அளவுகோலாக முதலீட்டாளர்கள் கணக்குப் போடுகின்றனர். இன்றைய உலகமயச் சூழலில் பொருளாதார நெருக்கடி வெள்ளத்தில் மூழ்காமல் நிமிர்ந்து நிற்க ஆட்சியாளர்களுக்கு அண்ணன் தம்பி பாசமோ, தாயுள்ளமோ போதாது. நன்றின்பால் உய்க்கும் நவீனத் தொழில்நுட்பத் திறன்கொண்ட உழைப்பாளிகளே ஒரு நாட்டின் செல்வமெனக் கருதும் அரசியல் பொருளாதார ஞானம் வேண்டும் என்பதையே வெள்ளமும் வறட்சியும் போதிக்கின்றன.

❑

27

அரசியல் அதிகாரமும் திராவிடர் இயக்கங்களும்

சித்தாந்தப் போர் இல்லாமல் போனால், ஒரு சமூகம் நாற்றமும் சேறும் பாசியும் புதைந்து பயன் நீர் இலதாய் நோய்க்களமாகி அழியும் என்கிறது மார்க்சியம்.

1967இல் அண்ணா முதலமைச்சர் ஆனவுடன் ஒன்றைக் கூறினார். "அரசாங்கம் என்பது வாடகை வீடு. இந்த வீடு மக்களுக்குச் சொந்தமானது. நம்மைக் குடியேற அனுமதித்துள்ளனர். வீட்டுச்சொந்தக்காரரின் மனம் கோணாமல் நடந்தால் தொடர்ந்து இருக்க அனுமதிப்பர்" என்று தம்பிகளை எச்சரிக்கும் விதமாக இந்த வார்த்தைகளைக் கூறினார். ஆனால், அண்ணாவிற்குப்பின் ஆட்சிப் பொறுப்பேற்ற தம்பிகள் புரிந்துகொண்ட விதம் வேறு.வாடகைக்குக் குடியேறிய வீட்டைச் சொந்தமாக்கிக்கொள்ளச் சொல்கிறார் என்றே புரிந்துகொண்டனர். எல்லா உயர் பதவிகளிலும் உறவினர்கள், நண்பர்கள், விசுவாசிகளைப் போட்டு நிரப்பினர். ஒரு மாவட்டச் செயலாளர் உச்ச நீதிமன்ற நீதிபதி வரை உயர்ந்தார். அமைச்சர் குடும்ப உறவின் நெருக்கத்தைப் பொருத்து பல்கலைக்கழகத் துணைவேந்தர் பதவி பெற வாய்ப்பு உருவானது. இந்த வழியில் ஆளும் கட்சித் தலைவரின் குடும்பம் கட்சியில் மட்டுமல்ல, அதிகார வர்க்க வட்டாரத்திலும் வியாபித்தது. திராவிடர் இயக்கக் கட்சிகளின் ஆட்சிகள் இந்திய மன்னர்கள், நவாபுகள் கால ஆட்சிகளாகச் சுருங்கிவிட்டன.

ஐரோப்பிய நாடுகளின் வரலாறு நமக்கு ஒன்றைச் சுட்டிக்காட்டுகிறது. தனிநபர் சர்வாதிகார ஆட்சி தலைதூக்காமல் இருக்க, அரசியல் நிர்ணயச் சட்டம் காலப்போக்கில் திருத்தப்பட்டு தேர்ந்தெடுக்கப்பட்டவர்களின் அதிகாரத்திற்கு வரம்புகள் அவசியம் என்பதைக் காட்டுகிறது. சட்டப்படி வானளாவிய அதிகாரம் யாருக்கும் இல்லை என்ற நிலை உள்ளது. இருந்தாலும் அரசியல்வாதிகள் சொந்த நலனைப் பேணுவது, தகுதியற்ற உறவினர்களுக்கு உயர் பதவிகளைப் பகிர்வது மலிந்து வருவதைக் காண்கிறோம். இந்தியாவில் மக்களின் இறையாண்மையைக் காக்கவோ, அதிகாரத்திற்கு வரம்புகள் உருவாக்கவோ அரசியல்

சட்டம் திருத்தப்படவில்லை. மாநில அரசுகளை மத்திய அமைச்சரவை நினைத்தால் கலைக்க முடியும் என்பதற்கும் அவசர கால அறிவிப்பிற்கும் வரம்புகள் உள்ளன. ஆனால், அதிகாரத்தை அத்துமீறிப் பயன்படுத்துவோரை திரும்ப அழைக்கும் உரிமை மக்களுக்கு உண்டு என்பதை உத்தரவாதப்படுத்தும் வகையில் அரசியல் சட்டம் திருத்தப்படவில்லை. அந்தத் திருத்தம் ஒன்றே அரசியல் சீரழிவைத் தடுக்கும்.

அரசியலதிகாரத்தைக் கையில் வைத்திருப்பவர்கள் தனக்கு மாறுபடுபவர்களை ராஜதுரோகி எனக் குற்றம் சாட்டி வேட்டையாடுவது என்பது மன்னராட்சிக் கால அரசியலாகும். அரசை விமர்சிப்பது, ஆட்சியை மாற்றுவது குற்றமல்ல. நாட்டுப்பற்றின் வெளிப்பாடு என்பது மக்களாட்சிக் காலமாகும். வரலாற்றைத் துழாவினால் மன்னர்கள் காலத்திலும் மன்னர்களை எதிர்ப்பது குற்றமாகாது என்று ஞானிகள் சுட்டிக்காட்டியதைக் காணலாம். வள்ளுவர் ராஜதுரோகம் என்ற ஒன்று, மன்னர்களே குற்றவாளிகள் என்பதை முறை செய்யா மன்னவன், மக்களின் அல்லற்பட்டு ஆற்றாது அழுத கண்ணீர், கோல்கோடி சூழாது அரசு போன்ற சொல் தொடர்களால் அரசாள்வோரைக் குற்றஞ்சாட்டுகிறாரே தவிர, ராஜதுரோகத்தைக் குற்றமாகக் கருதவில்லை.

17ஆம் நூற்றாண்டின் முற்பகுதியில் வாழ்ந்த பிரிட்டன் நாட்டுத் தத்துவமேதை பிரான்சிஸ் பேகன் கருத்துப்படி ராஜதுரோகம் (செடிசன்) இரண்டு வகைப்படும்.

சொல்லொணா வறுமை, சொல்லொணாக் குமுறல் மக்களை மன்னருக்கு எதிராக நிறுத்தும் அல்லது மன்னர், தான் நம்புகிற மத ஆசாரத்தைத் திணிக்க முயற்சிக்கிறபோதும் ராஜவிசுவாசம் ஆபத்தை வரவழைக்கும் என்று சுட்டிக்காட்டியிருந்தார். ஆனால் அந்தப் பகுத்தறிவு மேதை இன்னொரு முக்கிய அம்சத்தைப் பார்க்கத் தவறிவிட்டார்.

வாழ்க்கை மேம்பாட்டிற்கான மக்களின் போராட்டமே, அரசியலின் போக்கையும் அரசியலதிகாரம் யார் கையில் இருக்க வேண்டும் என்பதையும் எல்லாக் காலத்திலும் தீர்மானிக்கிறது.

வரம்பற்ற அதிகாரம் இருக்கிறது என்று மன்னர்களோ அல்லது அரசியல் மாவீரர்களோ ஆட்டம் போடும் மாய வாழ்வு ஒரு கட்டத்தில் சோக முடிவாகிவிடுகிறது.

காரல் மார்க்ஸ் அரசியலில் அசகாய சூரர்களாகக் கருதி நடந்த நெப்போலியன்கள் பற்றிக் குறிப்பிட்டது, திமுக-அஇஅதிமுக ஆகிய இரு கட்சிகளின் தலைமை பீடங்களுக்கு நன்றாகவே பொருந்துகிறது எனலாம். “முதலாம் நெப்போலியனின் அரசியல் சாகசம் பிரிட்டிஷ் அரசரின் கூட்டணிப் படையெடுப்பால் சோக (டிராஜெடி) முடிவானது. இறுதியில் பிரிட்டனில் தஞ்சம் புகுந்து வாழ நேர்ந்த மூன்றாம் நெப்போலியனின் அரசியல் சாகசம் கேலிக்கூத்து(காமெடி) ஆனது”. என்று காரல் மார்க்ஸ் குறிப்பிட்டார். இன்று நாம் காண்பதென்ன?

இந்த இரு கட்சிகளில் ஒன்றின் தலைமைக்கு வம்சாவழி பாத்தியதை கொண்டாடுவோர் மோதுகிற காட்சியைக் காண்கிறோம். இன்னொன்றிற்குத் தத்தெடுத்த அடிமை வம்சத்தினர் பாத்தியதை கொண்டாடுவோர் இடையே நடக்கும் மோதல்களைப் படிக்கின்றோம். இவை பற்றிய தகவல்களை வம்பானந்தரும் கழுகாறும் கழுவி ஊத்துவதை அறிவோம். வழி தவறிய இக்கட்சிகளின் எதிர்காலம் டிராஜடியா, காமெடியா அல்லது டிராஜோ காமெடியா என்பதை வரும் காலம் தீர்மானிக்கும்.

❑

28

கருணாநிதி – எம்.ஜி.ஆர். – ஜெயலலிதா

இந்த மூன்று முதலமைச்சர்களுக்கும் பொதுவான சில அம்சங்கள் உண்டு. அவை யாவன:

1) ஒருவரை ஒருவர் அவரவர் வழியில் வேட்டையாடினர்.

2) இந்த மூவரும் அரசாங்க நிர்வாகத்தையும், அரசியலையும் போட்டிபோட்டுச் சீரழித்தனர்.

3) மூவரும் விசுவாச வட்டங்களைக் கேடயங்களாகக்கொண்டு அரசியலில் ஊடக உதவியுடன் மிளிர்ந்தனர்.

4) மூவரும் ஆட்சியில் அமரக் காரணம் கூட்டணிக் கணக்கு.

5) எம்.ஜி.ஆர்., ஜெயலலிதா வெற்றிக்கு கருணாநிதியின் அரசாங்க, நிர்வாகச் சீர்கேடுகள்.

6) கருணாநிதி 2006 தேர்தலில் வெற்றிபெறக் காரணம் ஜெயலலிதாவின் நிர்வாகச் சீர்கேடுகளும் கூட்டணியில் ஏற்பட்ட மாற்றமும்.

7) கருணாநிதி சர்காரியா கமிஷனை ஊதித் தள்ளினார். முதலமைச்சர் ஜெயலலிதா, கருணாநிதியைக் கைதுசெய்து சிறையில் அடைத்துத் தொடுத்த வழக்கு ஆதாரமற்றது என்று தள்ளுபடியாகி கருணாநிதியைப் புனிதராக்கிவிட்டது. எம்.ஜி.ஆரோ கமிஷன், ஊழல் கண்டுபிடிப்புகள் வெளிவராமல் பார்த்துக்கொண்டார். ஜெயலலிதா, கலர் டி.வி. ஊழலுக்காகச் சிறை சென்றவர். டான்சி வழக்கு, ஹோட்டல் வழக்கு, சொத்துக்குவிப்பு வழக்கு இவை அனைத்தையும் வென்றதால் பாரத ரத்னா பட்டம் வழங்க சிபாரிசு செய்யப்பட்டார்.

8) கருணாநிதியும், எம்.ஜி.ஆரும் துவக்கத்தில் மக்கள் நல அரசு என்ற இலக்கை நோக்கித்தான் அரசாங்க எந்திரத்தை நிர்வகித்தனர். கருணாநிதியின் முதல் மூன்று ஆண்டுகள் (69-71) ஊழலற்ற ஆட்சியாக இருந்தது. இரண்டாவதாக, கருணாநிதி ஆட்சியில் அமர்ந்தபோது இலக்கின் திசை மாறியது. 1971-76 காங்கிரசின் தொந்தரவைச் சமாளிக்க ஊழல் மலிந்த ஆட்சியானது. பெரு முதலாளிகளின் தயவைப் பெற நிர்வாக நடைமுறை மாறியது. அரசு எந்திரம் கட்சி எந்திரமானது.

9) அரசியல் கட்சிகள், காவல் துறை, நீதித் துறை, ஊடகங்கள் இந்த நான்கின் செயல்பாடுகளைக் கூர்ந்து கவனிப்பவர்களே இந்த மூவரின் ஏமாற்று உத்திகளை ஊடகங்கள் எப்படி ராஜதந்திரமாக சித்தரிக்கின்றன என்பதைப் புரிந்துகொள்ள முடியும்.

கருணாநிதி 4 தவணைகளில் 14 வருடங்கள் முதலமைச்சர் பதவியை அனுபவித்தார். எம்.ஜி.ஆருக்கு மூன்று தவணைகளில் 10 ஆண்டுகளே முதலமைச்சர் பதவி சுகம் கிடைத்தது. ஜெயலலிதா முதலமைச்சராக 4 தவணைகளில் ஆட்சி புரிந்தார். இந்த மூவரின் தன்னிச்சை நிர்வாக முறையால் அரசாங்க நிர்வாகம் எதிர்மறையாக கிடப்பதைக் காண்கிறோம்.

கருணாநிதியின் குடும்ப., டி.வி குடும்பப் பத்திரிகைகள். குடும்ப சினிமா வளாகங்கள்.. சினிமாக்கள். குடும்ப விசுவாசிகளின் கல்வி வளாகங்கள், அடுக்குமாடிக் குடியிருப்புகள், சாராய வகைகள், பாட்டில் நீர் இவைகளைத் தொடாமல் ஒருவன் தமிழ்நாட்டில் வாழ இயலாது. மறைந்த எம்.ஜி.ஆர். உருவாக்கிய கல்வித் தந்தைகளின் காசு பறிப்பு இல்லாமல் எவனும் அறிவுச் சொத்தை பெறமுடியாது.

நீதித்துறை, காவல்துறை நடவடிக்கைகள் இவர்களின் ஆசைகளை நிறைவேற்றும் கருவிகளாக மாற்றப்பட்டன. 1996ல் தொடுக்கப்பட்ட சொத்துக் குவிப்பு வழக்கை 18 ஆண்டுகள் ஜெயலலிதா நீடிக்க வைத்தார். இப்படி நீதித்துறை விருப்பம்போல் வளைக்கப்பட்டதை ஊடகங்கள் ஜெயலலிதாவின் அரசியல் சாதுர்யம் என்று கருதவைத்துவிட்டன.

அண்மையில் கேரளத்தில் இடது ஜனநாயக அணி அமைச்சரவையில் ஓர் அமைச்சர் தகுதி அற்ற உறவினரை உயர்பதவியில் அமர்த்தியதை ஊடகங்கள் கண்டித்தவுடன் பதவி இழக்க நேர்ந்தது. ஆனால், தமிழ்நாட்டில் திராவிடர் இயக்க ஆட்சிகளை ஊடகங்கள் விமர்சித்தால் நடப்பது வேறு. முகமதுபின் 'துக்ளக்' என்ற சினிமாவில் சோ என்ற நடிகர் பேசும் வசனங்கள் மறைமுகமாக கருணாநிதியின் நிர்வாக முறையை விமர்சித்தது. கருணாநிதியின் உடன்பிறப்புகள் சினிமா தியேட்டர்களுக்குள் புகுந்து நாற்காலிகளை உடைத்து படத்தை ஓடவிடாமல் தடுத்தனர்.

அதே கருணாநிதி ஜெய்சங்கரை கதாநாயகனாக வைத்து சினிமா வசனம் மூலம் எம்.ஜி.ஆர். முதலமைச்சரானவுடன் தாக்கினார் ('நெஞ்சுக்கு நீதி', 'வண்டிக்காரன் மகன்').

கருணாநிதியின் குடும்பச் செல்வாக்கு ஆட்சியில் இல்லாவிட்டாலும் அதிகாரம் செலுத்தும் வல்லமை பெற்றது. கருணாநிதியின் நிர்வாகம் தான் முதலில் விமர்சிப்பவர்கள்மீது வழக்குத் தொடுக்கும் முறையைப் புகுத்தியது. குடும்பச் சண்டையில் ‘தினகரன்’ அலுவலகம் மதுரையில் தாக்கப்பட்டு ஊழியர்கள் கொலை செய்யப்பட்டனர். இந்த மூவரின் ஆட்சியில் தலைவர்களின் குடும்பம் மற்றும் விசுவாசிகள் தவிர வேறு யாரும் உயர் பதவிகள் பெற இயலாது. கையூட்டு இல்லாமல் சில பதவிகள். பதவி உயர்வுகள் பெற இயலாது. திமுக. அதிமுக ஆட்சிக்காலங்களில் உயர் நீதிமன்ற நீதிபதி பதவிகள், பல்கலைக்கழகப் பதவிகள் உயர் மட்ட அதிகாரிகள் பதவிகள் உட்பட எவ்வாறு வழங்கப்பட்டன என்பதைப் பரிசீலித்தால் இது விளங்கும்.

நீதிபதிகள் ராமசாமி, வீராசாமி கண்ணதாசன், தினகரன், அசோக்குமார் இவர்கள் அனைவரின் நியமனங்கள் முழுக்க முழுக்க அரசியல் சதுரங்க விளையாட்டின் விளைவுகள். உச்ச நீதிமன்ற நீதிபதியான ராமசாமிமீது ஊழல் குற்றச்சாட்டு நிரூபிக்கப்பட்டு, பதவி நீக்கம் செய்ய நாடாளுமன்றத்தில் இடதுசாரிகளால் கொண்டுவரப்பட்ட தீர்மானம் தோற்கடிக்கப்பட்டது. அவரைக் காப்பாற்றியது திராவிடர் இயக்கத்தின் சாதுர்யம் என்று ஊடகங்கள் பெருமைப்பட்டன. பின்னாளில் இவர் அண்ணா திமுகவின் நாடாளுமன்ற உறுப்பினராகப் போட்டியிட்டார். விருதுநகர் தொகுதி மக்கள் இவரைத் தோற்கடித்தனர்.

கருணாநிதி, எம்.ஜி.ஆர்., ஜெயலலிதா இவர்களது செயல்களை விமர்சிக்க பத்திரிகைகளுக்கு சுதந்திரம் மறுக்கப்பட்டது. அவர்களது விசுவாசிகள்மீது குற்றச்சாட்டுகளோ, வழக்குகளோ தமிழக எல்லைக்குள் செல்லுபடியாகாது. கருணாநிதியை அவரது குடும்பமும் அவரது விசுவாசிகளும் கட்சி நலனை முதன்மைப்படுத்துபவர் என்றே கூறுவர். மாநில சுய ஆட்சியில் உரிமைக்கு அழுத்தம் கொடுக்காமல் மத்திய அமைச்சரவையில் அவரது விசுவாசிகளுக்கு இடங்களைப் பிடிக்க அழுத்தம் கொடுத்ததை ஊடகங்கள் சுட்டிக்காட்டின.

எம்.ஜி.ஆர்., சினிமாக்களில் நல்லவன், வல்லவன் வேடம் மூலம் அரசியலில் மிளிர்ந்தது ஓர் அரசியல் ஜோக் என்று அ.தி.மு.க. எதிரிகள் குறிப்பிடுகின்றனர். ஆழ்ந்து பரிசீலித்தால் தமிழ்நாட்டுக் கிராமப்புற வறுமை அறியாமையைப் பயன்படுத்திய தந்திரசாலி என்றே அவரைக் கூறவேண்டும். 1946-1951 வரை விவசாயிகளை

சங்கங்களில் திரட்டி, ஒன்றுபட்ட கம்யூனிஸ்ட் இயக்கம் நடத்திய போராட்டம் அடக்குமுறையாலும், காந்தியவாதிகள் பூதான இயக்கம் மூலம் உருவாக்கிய பிரமைகளாலும் விவசாயிகளின் பங்கேற்பு சுருங்கி இலக்கைத் தொடவில்லை. அதனால், நில உடைமை சீர்திருத்தம் வெற்றி பெறாததால் இந்தியாவில் கிராமப்புற வறுமையும் அறியாமையும் இன்றுவரை தலைவிரித்தாடுகிறது.

வேகமான தொழில் வளர்ச்சிக்கு அடிப்படை மின்சாரம் ஆகும். வேளாண்மை சிறப்பதற்கு நீர்ப்பாசன வசதி. கிராமப்புற மக்களுக்குக் குடிநீர், குடியிருப்பு அவசியம். எம்.ஜி.ஆர். ஆட்சி செய்த 10 ஆண்டுகளில் எந்த முன்னேற்றமும் இந்தத் துறைகளில் இல்லை. மொழிவழி மாநிலமாக பிரிந்த பிறகு, தமிழ்நாடு தானிய உற்பத்தியில் பற்றாக்குறை மாநிலமாக ஆனது. உணவுப் பற்றாக்குறையே ஆட்சி மாற்றத்திற்கு வித்திட்டது. அந்த நிலைமை இன்று வரை நீடிக்கிறது. புதிய மின் நிலையங்கள் கட்டாமலே விவசாயத்திற்கு இலவச மின்சாரம் என்ற அறிவிப்பு மின்வெட்டைக் கொண்டுவந்தது. மழைநீரைத் தேக்கும் ஏரிகளையும் வெள்ளங்களைத் தேக்கும் முறைகளையும் கைவிட்டதால் நிலத்தடி நீரை அள்ளும் முறை புகுந்து நிலத்தடி நீரும் காலியானது. கல்வியை தனியார் வசம் ஒப்படைக்கும் முறை புகுந்ததால் கல்வித் தந்தையர்கள் கையில் நிலம் குவிந்தது. நிலப்பயன்பாடு அறிவியல் அடிப்படையை இழந்தது. நிர்வாக ஊழல் விரிந்தது. கருணாநிதி - எம்.ஜி.ஆர் இருவருக்கும் இடையே ஒரு வேறுபாடு இருந்தது. கருணாநிதி சகாக்களின் உதவி பெற்றே நிர்வாக எந்திரத்தைச் சீரழித்தார். எம்.ஜி.ஆர். ஏகனாக நின்று அதை சாதித்தார். இவரது அமைச்சரவை நிலையற்ற மந்திரி, எந்திரி தன்மையில் இருந்தது. நிர்வாக சீர்கேடுகள் மலியக் காரணமாக அமைந்தது. போலீஸ் ராஜ் என்று பெயர் பெற்றது. குண்டாஸ் சட்டம் அரசியல் எதிரிகளை வேட்டையாடப் பயன்படுத்தினார். பத்திரிகை சுதந்திரத்தைப் பறித்தார். ‘ஆனந்த விகடன்’ ஆசிரிரை கைதுசெய்து சிறையில் அடைத்தார். தொழிற்சங்க இயக்கத்தை காவல் துறையை ஏவி முடக்கினார். அரசாங்க நிர்வாகம் அவர் அசைந்தால் அசையும் என்ற நிலை வந்தது. அவரே நோய்வாய்ப்பட்டு கோட்டைக்கு வந்தாலே பரபரப்பான செய்தி ஆனது. அவரது கட்சியின் சட்டமன்ற உறுப்பினர்கள் துதிபாடிக் கூட்டமானது. ஊழல் மலிந்த நிர்வாக முறையால் மையத்தில் ஆள்வோர் சட்டப்பிரிவு 356ஐ ஏவி எளிதில் இவரை கைப்பாவையாக ஆக்கிவிட்டனர். ஊழலுக்காக

ஆட்சியைக் கலைத்த காங்கிரஸ் அரசே பாரத ரத்னா பட்டத்தையும் இவருக்குக் கொடுத்தது.

ஜெயலலிதா, எம்.ஜி.ஆரின் நிர்வாக முறையை அப்படியே காப்பி அடித்தார். இவரது புத்திகெட்ட நிர்வாக முறையின் தன்மையை மதிப்பீடு செய்ய செம்பரம்பாக்கம் ஏரி வெள்ளப்பெருக்கெடுத்து சென்னையை மூழ்கடித்த வரலாறு ஒன்று போதும். அம்மா உத்தரவிற்குப் பிறகே அணைகள் திறக்கப்படவேண்டும் என்ற நிர்வாக நடைமுறை மிகப்பெரிய இடராக மக்களுக்கு அமைந்தது.

அரசாங்கச் சொத்தை அபகரித்ததாக டான்சி வழக்கு ஜெயலலிதா மீது தொடுக்கப்பட்டது. கீழ்கோர்ட் 2000ம் ஆண்டில் தண்டித்தது. தண்டனையை எதிர்த்து மேல்முறையீடு வேகமாக உயர் நீதிமன்றம், உச்ச நீதிமன்றம் போய் 2003ஆம் ஆண்டில் விடுதலையை தேடிக்கொடுத்தது. இன்று பின்நோக்கிப் பார்த்தால் அம்மாவைத் தண்டிக்க நீதிமன்றங்கள் தயங்கின. விடுவிக்க வேகம் காட்டின. இந்திய நீதித்துறையின் சீரழிவை மதிப்பீடு செய்ய இதுபோதாதா?.

கீழ்கோர்ட் வழங்கிய தண்டனையை உறுதி செய்யாமல் ஜெயலலிதாவை விடுவித்த உச்ச நீதிமன்றம் மனசாட்சியோடு அரசை நிர்வகிக்க ஜெயலலிதாவிற்கு உபதேசித்தது. அதன் மூலம் ஜெயலலிதாவின் மனசாட்சியை தட்டி எழுப்ப உச்ச நீதிமன்றம் முயற்சித்தது. அந்த முயற்சி வெற்றி பெறவில்லை என்பது சொத்துக் குவிப்பு வழக்கு மூலம் நாம் அறிய முடியும்..

இன்று தமிழக அரசாங்க அமைப்பு இந்த மூவரின் நிர்வாக முறைகளால் பழுதுபட்டுக் கிடக்கிறது. லத்தியும், சந்தர்ப்பவாதக் கூட்டணியுமே இவர்களைக் காப்பாற்றியது. பகுத்தறிவுக் கண்ணோட்டத்திற்கும் இந்த மூவருக்கும் எந்த சம்பந்தமும் இல்லை. இந்த மூவரும் விட்டுச் சென்ற அரசியல் கலாச்சாரம் இந்துத்வாவிற்கு சேவை செய்யும் இயக்கமாக இனமான இயக்கத்தை மாற்றிவிட்டது என்றால் மிகையல்ல. இதற்கு மாற்று உண்டு. தமிழ் நாட்டில் இடதுசாரிகள் கிங் மேக்கிங் அரசியல் யுக்திகளைக் கைவிட்டு ஊசலாடாமல் மக்களாட்சி மாண்புகளைக் காக்கும் சக்தியாக உயர வேண்டும்.

❑

29

அரசியலில் முன்பேர வர்த்தகம்

தமிழ்நாட்டில் கட்சிகளின் தோற்றம் தேர்தல்களில் அது பெறும் வாக்குகளின் சதவீதம் போன்றவற்றை அலசினால் 9 கட்சிகள் அங்கீகாரம் பெற்றவை எனவும் அங்கீகாரம் பெறாமல் பதிவு செய்யப்பட்ட 136 கட்சிகள் இருப்பதாகவும் தேர்தல் ஆணையம் பட்டியலிட்டுள்ளது. வேறு எந்த மாநிலத்திலும் இவ்வளவு எண்ணிக்கையில் கட்சிகள் இருப்பதாகச் சொல்ல முடியாது. இது தவிர, தமிழ்நாட்டில் சாதிச் சங்கங்களின் தலைவர்கள் அரசியலில் பெரும் பங்கு வகிக்கின்றனர். ஒரு தொகுதியில் ஒரு குறிப்பிட்ட சாதித் தலைவருக்கு இருக்கிற செல்வாக்கைப் பொருத்தே திமுக, அதிமுக அமைச்சரவைகளில் இடம்பெற முடியும் என்ற நிலை இருப்பதைக் காண்கிறோம்.

எந்தக் கட்சி தன்னை மதித்து அழைத்துப் பதவி கொடுக்கிறதோ, அந்தக் கட்சிக்கு விசுவாசமாக இருக்கும் சாதிச் சங்கத் தலைவர்களில் ஒருவரான சினிமா நடிகர் எஸ்.வி.சேகர் பெருமையாகக் குறிப்பிடுவது ஒரு லட்சம் உறுப்பினர்களைக் கொண்ட தென் இந்திய பிராமணர்கள் சங்கத்தின் இயக்குநர், திமுகவின் குடும்பச் சண்டையைத் தீர்க்க முயன்றவன், கேட்காமலே அதிமுக அம்மா மயிலாப்பூர் தொகுதியிலே நிற்கவைத்ததால் நெப்போலியனைத் தோற்கடித்தவன் ஆகியவையே (ஆதாரம்: 'புதிய தலைமுறை' 17/3/ 2016).

புதிய கட்சிகளின் தோற்றத்தைத் தேடிப்போனால் திமுக அல்லது அதிமுக ஆகியவற்றில் ஒன்றோ அல்லது சாதிச் சங்கங்களோ செவிலித்தாயாக இருப்பதைக் காணலாம். சான்றாக, கொங்கு நாட்டு மக்களைத் திரட்ட கொங்கு ஜனநாயகக் கட்சி, கொங்கு நாடு முன்னேற்றக் கழகம், கொங்கு மக்கள் தேசக் கட்சி என மூன்று பதிவு செய்யப்பட்ட கட்சிகள் உள்ளன. இவற்றின் செவிலித்தாய்கள் யார் யார் என்பதை இந்த அமைப்புகளின் தலைவர்களின் பேச்சு காட்டிக் கொடுத்துவிடும். சீமான் போன்றோர் தனித்து நிற்கக் காரணம் முன்பேர வர்த்தகத்திற்கான தயாரிப்பாகும். அதோடு, வாக்கு பலத்தை செவிலித்தாய் கட்சிக்குக் காட்டவும் உதவும் அந்த சதவீதம், உள் ஆட்சித் தேர்தலில் பேரம் பேச உதவும்.

இன்று அங்கீகரிக்கப்பட்ட கட்சிகளான தி.மு.க., அ.தி.மு.க. விசுவாச வாக்கு சதவீதம் குறைகிறது என்பதை அதன் தலைவர்கள் நன்கு அறிவார்கள். தேர்தலுக்கு முன்னும் பின்னும் முன்பேர வர்த்தகத்தின் மூலம் ஆட்சியைக் கைப்பற்ற வாய்ப்பு இருப்பதால் பதட்ட மடையாமல் கணக்குப்போடுகிறார்கள். தேர்தல் முடிவுகள் போதிப்பதென்ன? தி.மு.க., அ.தி.மு.க. கட்சிகளின் வெற்றி குறித்து ஊடக சர்ச்சைகள் மக்கள் மனதிலே விதைக்கிற கருத்துக்களைத் தொகுத்தால், 'தமிழக அரசியலில் தனிநபர் துதி மேலோங்கி அம்மா பிராண்ட் , கலைஞர் பிராண்ட் இலவச அறிவிப்புகள் வாக்காளர்களைக் கவர்ந்தன'.

'பணம் விளையாடியது. ஆதாரம், தேர்தல் கமிஷனே சொல்லிவிட்டது.' 'மக்கள் நலக் கூட்டணி முன்வைத்த மாற்று கேலிப் பொருளாகிவிட்டது.'

'வலுவான எதிர்க் கட்சியாக தி.மு.க. வந்திருப்பதால், சட்டமன்ற விவாதத்தைத் தடுக்கும் 110 விதியைக்கொண்டு அம்மா தர்பார் நடத்தும் முறைக்கு முற்றுப்புள்ளி வைக்கப்படும் என்று நம்பலாம். சட்டமன்ற மரபுகள் பேணப்படும்.' 'தமிழக அரசியலைப் பொருத்தவரை இடதுசாரிகள் மற்றவர்களாகிவிட்டார்கள்.'

திரும்பத் திரும்ப ஊடகங்கள் இத்தகைய கருத்துக்களை விதைக்கிறபோது அரசியலில் அக்கறை காட்டுபவர்களும் மக்களாட்சியை நேசிப்பவர்களும் மாற்றுக்காக நின்ற கட்சிகளின் உறுப்பினர்களும் சோர்வடைவது தவிர்க்க முடியாது. இது தற்காலிகமான மனப்போக்கே. ஆனால், வர்க்கப் போராட்டக் கலைகளில் தேர்ந்தவர்களும் வரலாற்றுப் போக்கை அறிந்தவர்களும் தோல்வியிலிருந்து பாடம் கற்கத் தயாராவார்கள்.

ஆழ்ந்து பரிசீலித்தால் அ.தி.மு.க., தி.மு.க. இரண்டு கட்சிகளும் பெற்ற வெற்றிகள் பெரும்பான்மை மக்கள் அளித்த தீர்ப்பால் அல்ல. இரு கட்சிகளும் பெற்ற வாக்குகளைப் பார்த்தால் மொத்த வாக்காளர்களில் 30 சதவீதத்தை இருவருமே தாண்டவில்லை. தேர்தல் முறையில் உள்ள ஊனம் அவர்களை வெற்றிபெற வைத்துவிட்டது என்பது புலப்படும்.

பணம் விளையாடியது என்று புலம்பாமல், பரிசீலித்தால் கிராமப்புற வறுமை, அறியாமை, படித்த நகர்ப்புற மக்களின் அரசியல் அக்கறையின்மையும் உதவியது என்பது தெரியவரும்.

இந்தத் தேர்தல் முடிவுகளை ஆய்வு செய்தால், நாடாளுமன்ற ஜனநாயகத்தைப் பேணுகிற முறையில் சட்டமன்றம் உருவாகவில்லை என்பதைப் பல அறிகுறிகள் காட்டுகின்றன. அரசியல் நெருக்கடியை விளைவிக்கும் அறிகுறிகளும் உள்ளன.

சட்டமன்றம் இப்போது கோடீஸ்வரர்கள் கூடிப்பழகும் மன்றமாக ஆகிவிட்டதாகப் பத்திரிகைகளே எழுதுகின்றன. அதிலும் முதலாளித்துவ உற்பத்தி முறை நிலவுகிற நம் நாட்டில் எந்த வழியில் கோடீஸ்வரர்கள் ஆனார்கள் என்பது முக்கியம். மணல் கொள்ளை, குடிநீர்க் கொள்ளை, தாது மணல் கொள்ளை, கருங்கல் கொள்ளை, கல்வியை விற்பவர்கள், கிரிமினல் வழியில் ரியல் எஸ்டேட் பிசினஸ் செய்பவர்கள், சாராய வியாபாரிகளாக இருந்தவர்கள் போன்ற மாஃபியா ரக கோடீஸ்வரர்கள் எவ்வளவு பேர் இன்றைய சட்டமன்ற உறுப்பினர்களாக இருக்கிறார்கள், எவ்வளவுபேர் குறுக்குவழியில் கோடிகளைப் பெருக்கத் துடிக்கிறார்கள் என்பதைப் பொருத்தே சட்டமன்றத்தின் எதிர்காலம் உள்ளது.

அண்ணா ஆட்சிப் பொறுப்பேற்றதும், தான் சூழ்நிலையின் கைதி ஆகிவிட்டதாக வருந்தினார். இன்று திமுக, அதிமுக தலைமைப் பீடங்களும் மாஃபியா கோடீஸ்வரர்களின் பிடியில் மாட்டிக்கொண்டனர். இதனை உணராமலே துதி செய்வோர் கூறுவதை நம்புகின்றனர். இந்தத் தலைவர்கள் தங்களுக்கு ஒரு காந்த சக்தி இருப்பதாக நம்புவதுதான் தமிழக அரசியலின் மிகப் பெரிய சோகம்.

ஒரு வரலாற்றுப் பின்னணியோடு இன்றைய தமிழக அரசியல் போக்கைப் புரிந்துகொள்ள முயற்சிக்கும்போதுதான் பொருத்தப்பாடாக இருந்த இரு கட்சிகளும் சீரழிந்த விதத்தை உணர முடியும்.

முன்னொரு காலத்தில், காங்கிரஸ் கட்சியின் எதேச்சதிகாரப் போக்கிற்கு மாற்றாக, தமிழ்நாட்டில் திராவிடர் இயக்கம் இருந்தது என்பதை மனதில் கொள்ளவேண்டும். அன்று இந்தியா என்ற நாடு இருக்க வேண்டுமானால் டில்லியில் அதிகாரம் குவிய வேண்டும். இந்தி ஆட்சிமொழியாக வேண்டும். மொழிவழி மாநிலங்கள் அமைவது பிரிவினைக்கு இட்டுச்செல்லும் என்று காங்கிரஸ் கட்சியின் வல்லபாய் படேல், கோவிந்த வல்லப பந்த், ராஜேந்திரபிரசாத் போன்ற பெரும் தலைகள் அடம்பிடிக்கவே

சோசலிசம் பேசிய காங்கிரஸ் பெயரைக் கெடுத்துக்கொண்டது. அன்று கம்யூனிஸ்ட்டுகளும், சோசலிஸ்ட்டுகளும் நடத்திய நாடு தழுவிய இயக்கத்தினால் மொழிவழி மாநிலங்கள் உருவாயின.

பகுத்தறிவு முழக்கத்தால் தமிழ் மக்களின் மனதில் இடம் பிடித்திருந்த திமுக பிரிவினைவாதத்தைக் கைவிட்டு மாநில சுயாட்சி, இடஒதுக்கீட்டின் மூலம் சமூக நீதி, நிர்வாகத்தில் சமத்துவப் பார்வை என்ற முழக்கங்களை முன்நிறுத்தி 1967ல் ஆட்சியைப் பிடித்தது. அடுத்த சில ஆண்டுகளிலேயே சீரழிந்து அழுகத் தொடங்கிவிட்டது. இன்றைய சட்டமன்ற உறுப்பினர்களின் சேர்மானம், மாஃபியா ரக கோடீஸ்வரர்களின் எண்ணிக்கை இவற்றை வைத்துக் கணக்குப்போட்டால் உறுப்பினர்களை விலை பேசும் குதிரை வியாபாரத்தில் யார், யாரை வெல்லுவார்கள் என்பதை இப்போது சொல்ல முடியாது. நாடாளுமன்ற ஜனநாயகத்தை மக்கள் இயக்கத்தின் மூலமே காக்க முடியும் என்பதை எதிர்நோக்கும் அறிவு இன்று தேவைப்படுகிறது.

இனி தொழிலாளர்கள், விவசாயிகள், கல்லூரி மாணவர்கள், மாதர்கள், இளம் பிராயத்தினர் இவர்களின் அமைப்புகள் கட்சி சார்பில் பிளவுபட்டு நிற்காமல் ஒன்றுபட்டு அரசியல் நிர்பந்தம் செலுத்தாமல் சட்டமன்றம், சட்டமன்றமாக நீடிக்க இயலாது. மக்கள் நலனைப் பேணமுடியாது. ஊடகங்களே! தமிழக அரசியலில் இடதுசாரிகளின் அரசியல் பொருத்தப்பாட்டை மறுத்து மக்களின் அமைப்புக்களை ஒன்றுபடுத்த முடியுமா? உங்களால் மூச்சுவிட இயலுமா? இல்லை, மக்களாட்சிதான் செழிக்குமா?

❑

30

ஒன்றிய அரசும் திராவிடர் இயக்கமும்

பொருளாதாரக் கட்டமைப்பால் இந்தியா என்ற நாடு ஒரு வரலாற்றின் ஆக்கம் என்பதைத் திராவிடர் இயக்கங்கள் முதலில் உணரவில்லை. பின்னர் உணர்ந்தபோது ஒன்றிய அரசின் பொருளாதாரக் கோட்பாடுகள் தமிழ்நாட்டுப் பொருளாதார வளர்ச்சியைப் பாதிக்கும் என்பதை உணரவில்லை.

நாடு விடுதலை அடைந்த பிறகும் ஒன்றிய அரசு பின்பற்றிய பொருளாதார இலக்கு பிரிட்டிஷ் ஆட்சியில் பின்பற்றிய பொருளாதார இலக்கின் தொடர்ச்சியாகவே இருந்தது. கலப்புப் பொருளாதாரம் என்ற மாற்றமும் ஏற்றுமதியை அதிகப்படுத்தும் நோக்கமுமே முக்கிய இலக்காக இருந்தது. இன்றும் இருந்து வருகிறது. இது பணக்காரர்களின் எண்ணிக்கையை அதிகப்படுத்துமே தவிர, சராசரி மக்களின் வாழ்க்கையைத் தேற்றாது. அந்நியச் சந்தையை நம்பியே தொழிலிலும் விவசாயத்திலும் முதலீடுகளை அரசும் தனியாரும் ஈடுபடுத்தியதன் விளைவே காலப்போக்கில் அடிப்படை வசதிகளுக்கு முதலீடு குறைந்துகொண்டே போனது. விவசாயத்திற்கு அவசியமான பாசன வசதிக்கு முதலீடுகள் குறைந்தன. மின் பஞ்சம் ஏற்பட்டது. இயற்கை வளமும் மனித வளமும் 120 கோடி மக்களைக் கொண்ட சந்தையும் உள்ள இந்திய மண்ணில் விவேகமான முதலீடுகள் இல்லாத காரணத்தால் வேலை இல்லாத் திண்டாட்டம், நெருக்கடி, வறுமை நிலவுகிறது. தமிழ்நாடு தனிநாடாக இருப்பதைவிட இந்தியாவின் பகுதியாக இருப்பதால் பொருளாதார வளர்ச்சிக்குக் கிடைக்கும் வாய்ப்புக்களைத் திராவிடக் கட்சிகள் பயன்படுத்திக்கொள்ளவில்லை.

ஒன்றிய அரசின் பொருளாதாரக் கொள்கை பற்றிய வரலாற்றுரீதியான தகவல்கள் திராவிடர் இயக்கங்களின் சீரழிவிற்கான காரணங்களை அடையாளம் காண்பதற்கு அவசியமாகும். விடுதலையான புதிதில் இந்திய அரசும் முதலாளிகளும் இந்தியப் பொருளாதார அடிப்படைகளை யாரையும் சாராமல் வளர்க்கத் திட்டமிட்டனர். உலக அளவில் மேலைநாடுகளின் கையில் உலகச் சந்தை இருந்ததால் அவர்களுக்குப் போட்டியாகப் போவது சிரமம்

என்று கருதிய இந்திய ஒன்றிய முதலாளிகளும் அடுத்தடுத்து வந்த மைய அமைச்சரவையும் மேலைநாட்டு நிதி, தொழில்நுட்பம் போன்றவற்றைச் சார்ந்து நிற்க முடிவு செய்தனர். உலக வங்கிக் கடன் கனரகத் தொழில்களை வளரவிடாமல் ஆக்கியது. இந்த இடத்தில் பின்தங்கிய நாடுகளான சோவியத் யூனியனும் அதன் வழிவந்த சீனாவும் மேலைநாட்டு முதலாளிகளைக்கொண்டு தங்கள் நாட்டுப் பொருளாதாரத்தை 50 வருடங்களில் வளர்த்துப் பொருளாதார சுயாதிபத்தியத்தை நிறுவினர் என்பதை ஒப்புநோக்கினால், ஒன்றிய அரசின் அரசியல் பொருளாதாரத்தின் பலவீனத்தைக் கணிக்க முடியும். அரசு முதலீடு சுருங்கியது. கருணாநிதி முதல் எம்.ஜி.ஆர்., ஜெயலலிதா ஆட்சிவரை பொருளாதார விடுதலைக்குக் குரல் கொடுக்கும் இடதுசாரி இயக்கங்களை ஒடுக்குவதிலே கவனமாக இருந்து பெருமுதலாளிகளின் செல்ல அரசாக மாறினர். தமிழகப் பொருளாதார வளர்ச்சியை மக்களுக்குப் பயன்படாமல் செய்தனர். மக்களின் அடிப்படை வசதிகள் செயலிழந்தன.

இந்தியப் பொருளாதார வளர்ச்சியை மக்களுக்குப் பயன்படாமல் செய்வது எது என்பதை அறிய இயலாத பொருளாதார நிபுணர்களும் அரசியல் தலைவர்களும் இதுவரை மத்தியில் அரசாங்கத்தை நடத்துபவர்களாக இருப்பதால், சமூக அமைதி கேள்விக்குறியாக ஆகிவிட்டது. மேற்கத்திய முதலாளித்துவப் பாதையைக் காப்பி அடிக்கின்றனர். உதாரணமாக, மோடி அரசின் ஆயிரம் மற்றும் ஐநூறு ரூபாய் நோட்டுக்களை மதிப்பற்றதாகச் செய்யும் அதிரடி நடவடிக்கைக்குப் பின்னால் உள்ள கோட்பாட்டை அறிவது சுலபமல்ல. அரசு சொன்ன காரணங்கள் எல்லாமே கடைந்தெடுத்த பொய்கள். அராஜகத்தை மறைக்கும் முகமூடிகள். இது கறுப்புப் பணத்தைத் தாக்கும் அதிரடி அல்ல? வெத்துவேட்டு.

ஆனால், கறுப்புப் பணமுதலைகளை வேட்டையாடும் வேட்டைக்காரனாக பாமர மக்களுக்கு மோடி காட்சி தருகிற விநோதம் பா.ஜ.கவிற்கு அரசியல் லாபமாகிவிட்டது. அதேவேளையில் இந்திய முதலாளிகள் இந்தியாவில் சம்பாதிக்கும் லாபங்களை டாலராக மாற்றி, மேலைநாட்டுப் பங்குச் சந்தையிலே முதலீடு செய்யும் போக்கு மக்களிடமிருந்து மறைக்கப் பயன்பட்டுவிட்டது.

இந்த செல்லாக் காசு ஆலோசனை ரிசர்வ் வங்கியின் டைரக்டர்ஸ் போர்டில் முடிவு செய்யப்பட்டதாகும். இந்த போர்டில் டாட்டா முதல் அம்பானி வரை நடத்தும் நிதி நிறுவனங்ளில் பணிபுரிந்த

தலைமை நிர்வாகிகள் மற்றும் ஐ.சி.ஐ.சி.ஐ. போன்ற தனியார் வங்கியோடு தொடர்புள்ள நிபுணர்களும் மற்றும் அரசு அதிகாரிகளும் இடம்பெற்றுள்ளனர். இவர்கள் அனைவரும் அந்நிய இந்திய கார்ப்பரேட் நிறுவனங்களோடு தொடர்புள்ள நிபுணர்கள். இவர்களனைவரும் பணத்தை வைத்துப் பணத்தைப் பெருக்கும் சந்தைப் பொருளாதார இயலில் வித்தகர்கள். அமெரிக்கப் பல்கலைக்கழகங்களில் டாக்டர் பட்டம் பெற்றவர்கள். எனவே, பெருமுதலாளிகளின் வட்டாரத்திற்கும் செல்வாக்குள்ள கறுப்புப் பண அரசியல்வாதிகளுக்கும் தெரிந்தே இந்த அதிரடி அறிவிப்பு வந்தது என்பதே உண்மை. கணக்கில் காட்டப்படாத பணப் புழக்கமே பொருளாதார வளர்ச்சியைக் கெடுக்கிறது என்ற கருத்து பரவலாக உள்ளது. உண்மையில் பொருளாதார வளர்ச்சியை முடக்குவதற்குப் பல காரணங்கள் உண்டு. அதில் ஒன்று, கணக்கில் காட்டப்படாத பணப்புழக்கம் ஆகும். முக்கியக் காரணம் அரசு முதலீடு குறைவு என்பதே.

பெருமுதலாளிகளின் ஆசைகளை நிறைவேற்ற ரிசர்வ் வங்கியும், நிதி அமைச்சகமும் 2015ஆம் ஆண்டிலேயே இதற்கான ஏற்பாட்டைத் தொடங்கிவிட்டனர். நிதி அமைச்சர் அருண் ஜெட்லி, 2015ஆம் ஆண்டில் முதல் நடவடிக்கையாகப் பங்குச் சந்தையையும் சரக்குச் சந்தையையும் ஒன்றாக இணைத்தார். பங்கு மற்றும் சரக்குச் சந்தையில் அந்நிய முதலீடுகள் தாராளமாகவர விதிகளைத் திருத்தினார். அடுத்ததாக, இந்தியப் பணக்காரர்கள் மூலதனக் கணக்கில் டாலராக மாற்ற 75 ஆயிரம் டாலராக இருந்த உச்ச வரம்பை 2.5 லட்சம் டாலர் வரை எடுத்துச் செல்ல அனுமதித்து அரசு உத்தரவு பிறப்பித்தது. நிறைவாக ஊழல் புரியும் அரசு அதிகாரிகள்மீது நடவடிக்கை எடுக்க ஒன்றிய அரசின் அனுமதி பெற வேண்டும் என்று லஞ்ச ஒழிப்புச் சட்டத்தையும் மோடி அரசு திருத்திக் கொண்டது. வங்கியில் திரளும் பணம் பொருளாதார வளர்ச்சியை முடுக்கிவிடும் என்ற பிரச்சாரமே மக்களை நிதானமாக சிந்திக்க வைக்கிறது. சில்லரைத் தட்டுப்பாடு ஒரு வியாபாரமாகி கறுப்புப் பணம் குறுகியகால முதலீடாகி கொள்ளை லாபம் சம்பாதிப்பதைக்கண்ட மக்கள் கொதிப்படைந்தாலும், கோபம் மோடிமீது அவ்வளவாகப் பாயவில்லை.

இதற்குக் காரணம் வங்கி அமைப்பு, பொருளாதார வளர்ச்சியின் நெம்புகோல் என்ற நம்பிக்கை ஆகும். இப்படி வங்கியில் திரளும் பணம், தொழிலையும் விவசாயத்தையும் வளர்க்குமா அல்லது

பணக்காரர்களை மேலும் பணக்காரர்களாக ஆக்கிட பங்கு மற்றும் சரக்குச் சந்தையில் சுழலுமா என்பதே கேள்வி.

இன்று பெரும்பாலும் இந்தியத் தொழில் முதலாளிகளும் அரசியல் அதிகாரத்தை வைத்துப் பணத்தைக் குவித்தவர்களும் வெளிநாட்டு வங்கிகளில் கணக்கு வைத்திருக்கிறார்கள். வெளிநாடுகளில் தலைமையகம் வைத்து வர்த்தகம் செய்கிறார்கள். தனியாக ஃபண்டுகள் வைத்து சொத்தை அங்கேயே பாதுகாத்துக் குவிக்கிறார்கள். இவை அனைத்தும் வங்கிகள் மூலமே நடைபெறுகின்றன. பேராசை பிடித்த இந்தியப் பெருமுதலாளிகள் டாலர் உதவியுடன் பன்னாட்டு முதலாளிகளாக மாறுவதற்கு ஆசைப்படுவதே இந்தியப் பொருளாதாரக் கட்டமைப்பு வளர்ச்சி குன்றியிருப்பதற்கு முக்கியக் காரணமாகும். அதனால், ரூபாயின் மதிப்பு சீரழிகிறது. திராவிடர் அரசியல் தலைவர்கள் ஒன்றிய அரசின் பொருளாதாரக் கோட்பாடுகளை வலுவாக எதிர்க்கத் தவறுவதால், இனமான அரசியல் மதிப்பிழந்து வருகிறது. இரட்டை வேடம் மக்களுக்குத் தெரிகிறது. மேற்கத்தியப் பொருளாதாரக் கோட்பாடுகள் இந்தியாவிற்குப் பொருந்தாது என்பதை அங்கு முதலாளித்துவம் வளர்ந்த விதத்தையும் இங்கு வளரும் விதத்தையும் ஒப்புநோக்கினால் ஓரளவு புரியும். பங்குச் சந்தை மூலம் மூலதனம் திரண்டு தொழிலையும் விவசாயத்தையும் இதரக் கட்டமைப்பையும் வளர்க்கும் என்பது ஒரு மாயை என்பதை மேலைநாட்டுப் பங்குச் சந்தை வரலாறும் இன்றைய நெருக்கடியும் நமக்குக் காட்டுகின்றன.

❑

31

மக்களின் சேமிப்பும் பங்குச் சந்தையும்

கடந்த 300 ஆண்டுகளாக வளர்ந்த பலமான பொருளாதார அடிப்படைகளே மேலைநாட்டுப் பங்கு மற்றும் சரக்குச் சந்தைக்கு உயிர்மூச்சாக இருக்கிறது. இதனைத் தலைகீழாகப் பார்த்து, பங்குச் சந்தை அமைப்பே பொருளாதார வளர்ச்சியின் உயிர்மூச்சு என்று கருதியே ஒன்றிய அரசு பங்குச் சந்தையையும் நிதி மூலதனத்தையும் முதன்மைப்படுத்தி பொருளாதார வளர்ச்சிக்குத் திட்டமிடுகிறது.

1716இல் ஜான்லா என்ற ஸ்காட்லாந்து நாட்டு (இன்று பிரிட்டன்) சூதாட்டக் கில்லாடி பிரான்சு நாட்டுக்கு ஓடி, அரசரின் அனுமதியோடு பங்கு நிறுவனத்தைத் துவக்கினார். தான் நிர்வகிக்கும் ரியல் எஸ்டேட் நிறுவனத்தின் பங்கு பத்திரத்தாளை தங்கம், வெள்ளி நாணயங்களைக் கொடுத்து வாங்கினால் அதனை முதலீடு செய்து நிறுவனம் பெறும் லாபத்திலிருந்து ஈவாகக் கூடுதல் பணம், தங்க நாணயமாக வரும் என்று ஆசைவார்த்தை காட்டினார். இவர் சொன்னதை நம்பி மக்கள் பங்குகளை முண்டியடித்து பணத்தைக் கொடுத்து வாங்கப்போகவே பங்குகளின் விலை உச்சியைத் தொட்டது. நாலாவது வருடத்தில் இவரது பங்குத்தாளை வாங்க நாதியில்லாமல் போனது. அதிக விலை கொடுத்து வாங்கியவர்களுக்குப் பணத்தைத் திருப்பிக்கொடுக்க ஜான்லாவால் இயலவில்லை. மக்கள் ஏமாளிகளாக ஆனார்கள். ஆனால் அவர் உருவாக்கிய பங்குகளை வாங்கி விற்கும் மோகம் மக்களைத் தொற்றிக்கொண்டு ஐரோப்பாவிலும் அமெரிக்காவிலும் வளர்ந்தது.

1841ல் அதே ஸ்காட்லாந்தில் பிறந்த சார்லஸ் மாக்கே என்ற பத்திரிகை நிருபர், ‘மக்கள் திரளிலே நிலவும் பிரமைகளும், பைத்தியகாரத்தனமும்’ என்ற தலைப்பில் பங்குகளை வாங்கி விற்பதன் மூலம் திடீர்ப் பணக்காரர்களாக ஆகிடலாம் என்று கனவு காணும் ஏமாளிகளின் அனுபவத்தைப் புத்தகமாக வெளியிட்டார். ஆனாலும் இந்தப் பித்து வலுப்பெற்றது.

20ஆம் நூற்றாண்டின் தொடக்கத்தில் வதந்திகளால் இயங்கும் பங்குச்சந்தை ஆரூடம் அறிவியல் வடிவெடுத்தது. பங்கு விற்பனை சுறுசுறுப்படைந்து உச்சிக்குப்போய்ச் சரிந்தது. 1929ல் தொடங்கி 1932

வரை நீடித்த மிகப்பெரிய பங்குச் சந்தைச் சரிவை ஐரோப்பிய, அமெரிக்க மக்கள் சந்தித்தனர்.

இருந்தாலும் திடீர்ப் பணக்காரர்களாக ஆக்கும் மாயா சக்தி, பங்குச் சந்தைக்கு உண்டு என்ற மூடநம்பிக்கை முன்னைவிட வேகமாகப் பரவியது. இந்த மூடநம்பிக்கையை அம்பலப்படுத்தி 1971இல் அமெரிக்க ஆய்வாளர் நசீம் தாலெப், 'பங்குச் சந்தையின் சீரற்ற தன்மை முட்டாளாக்கிவிடும்' என்ற தலைப்பில் ஆய்வு நூலை வெளியிட்டார். இதனை மறுத்துப் புத்திசாலித்தனமாக சிறுசேமிப்பாளர்கள் பங்குகளில் முதலீடு செய்தால் பணக்காரனாகலாம் என்று இரண்டு அமெரிக்கப் பொருளாதார நிபுணர்கள் (மைரோன் ஸ்கோல்ஸ், ராபர்ட்மெர்ட்டன்) கணக்குப்போட்டுக் காட்டினர். இந்தக் கணக்கியல் கண்டுபிடிப்பிற்காக 1997இல் நோபல் பரிசையும் பெற்றனர். அதோடு, அவர்கள் தங்களது கண்டுபிடிப்பை நிலைநாட்ட ஒரு நிதி நிறுவனத்தையும் தொடங்கி உலக அளவில் பங்கு வர்த்தகத்தில் ஈடுபட்டனர். தொடக்கத்தில் லாபம் திரண்டது. ஆனால், அடுத்த சில ஆண்டிலேயே புத்திசாலித்தனமான கணக்கியல் கோட்பாடு உருவாக்கியவர்களின் முதலீடுகளே பங்குச் சந்தை நுரையாகிக் காணாமல் போனதோடு அவர்களது கணக்கியல் ஆரூடம் அவர்களுக்கே பலிக்காமல் போனது. இவர்களது பங்குச் சந்தை முதலீடுகளால் 1997ல் ஆசியப் புலிகள் என அழைக்கப்பட்ட மலேசியா, தென்கொரியா, இந்தோனேஷியா, தாய்லாந்து போன்ற நாடுகளில் பங்குச் சந்தைகள் நொறுங்கின. அந்நிய முதலீட்டால் புலிகளான கிழக்காசிய நாடுகள் ஏற்றுமதியால் சேமித்த டாலரை இழந்து கடனாளிகள் ஆயின. இந்த அனுபவங்கள் இருந்தும் இந்திய அரசு பங்குச் சந்தை சூதாட்டத்திற்கு பொதுத்துறையைக் கொடுப்பது ஏன்? மார்க்ஸ் சொல்வதைக் கேட்போம். "லாபம் சம்பாதிக்கும் நிறுவனத்தின் பங்குகளை வாங்கும் முதலீட்டை ஒரு கற்பனை மூலதனம் (பிக்சியஸ் கேப்பிட்டல்)" என்கிறார். இதற்கு "மதிப்பை உருவாக்கும் ஆற்றல் கிடையாது. சிறுசேமிப்புகளாகக் கிடக்கும் சொத்தைக் குவியவைக்க இந்தக் கற்பனை மூலதனம் உதவுகிறது" என்கிறார்.

பங்குச்சந்தை ஒரு நாடு உருவாக்கும் செல்வத்தைப் பொதுமக்களுக்குப் பிரித்துக்கொடுக்கவில்லை. மாறாக, செல்வத்தை ஒரு பக்கமாகக் குவிக்கிறது. திடீர்ப் பணக்காரர்களை உருவாக்குவதால் இந்தச் செயல் கண்ணில் படாமல் போகிறது.

இந்திய அரசின் அரசியல் பொருளாதாரக் கோட்பாடுகள் தமிழக மக்களின் பொருளாதார வாழ்வையும் பாதிப்பதால் மைய அரசின் கொள்கைகளைச் செப்பனிட மாநில அரசு முயற்சிக்க வேண்டும். இதர மாநில அரசுகளோடு இணைந்தும் முயற்சிக்க வேண்டும். ஆனால், திராவிடர் இயக்கத்தினர் மாநில சுய ஆட்சிக்குக் குரல் கொடுப்பதுபோல் ஒன்றிய அரசின் அரசியல் பொருளாதாரக் கோட்பாட்டைச் செப்பனிட மூச்சுக்கூட விடுவதில்லை. பெருமுதலாளிகளும், அதிகாரத்தில் இருப்பவர்களும் சொத்துக்குவிப்பிற்குச் சுருக்குவழிகளைக் கண்டுபிடித்துக் கொடுப்பதே ஒன்றிய அரசின் அரசியல் பொருளாதாரமாகும். சொத்துக் குவிப்பிற்கு முதலிடமாக இந்தியப் பங்குச் சந்தை உள்ளது. அடுத்து சரக்குச் சந்தை ஆகும். இந்த இரண்டும் தொழிலையோ, விவசாயத்தையோ வளர்க்கிற விதமாக இந்தியாவில் செயல்படவில்லை.

அரசு வரவு செலவில் பற்றாக்குறையை உலக வங்கியின் கட்டளை வரையறைக்குள் வைக்க இது உதவுவதால் அந்நியச் செலவாணிக் கடன் கிடைப்பது எளிதாகி விட்டது என்று வீட்டிற்குள் டாய்லெட் கட்டக்கூட டாலரில் கடன் வாங்கத் துடிக்கும் பெருமுதலாளிகள் மற்றும் அரசியலைச் சொத்துக் குவிக்கும் தொழிலாக மாற்றி வரும் அரசியல் பெரும்புள்ளிகளின் வாரிசுகள் மகிழ்ச்சி அடையலாம்.

ஆனால், இந்தியப் பொதுத் துறைகள் என்பவை தொழில்நுட்ப அறிவைக்கொண்டு தொழில் தொடங்கத் துடிக்கும் படித்த இளைய சமூகத்திற்கும் உண்மையான முதலீடுகளைக்கொண்டு தொழில் செய்வோருக்கும் விவசாயத்திற்கும் இரும்பு முதல் எரிசக்தி வரை, நிதி முதல் போக்குவரத்துச் சேவை வரை உதவி வருகிற துறைகளாக இருக்கின்றன.

அவையும் பங்கு விற்பனைக்காகக் கொள்ளை லாபம் திரட்டும் நிறுவனங்களானால், இடுபொருள் விலை உயர்வால் விவசாயம் போல் தனியார் தொழில்களும் நட்டமடைந்து நெருக்கடியை உருவாக்கும் என்பதைச் சொல்ல வேண்டியதில்லை. அதாவது, பொதுத்துறையை அரசு நிர்வகித்தாலும் அதன் லாபத்தை கார்ப்பரேட் நிதி நிறுவனங்கள் மூலம் பெருமுதலாளிகள் மற்றும் பங்குகளில் முதலீடு செய்யும் அரசியல் புள்ளிகள் அனுபவிப்பர். அதாவது, மக்களுக்குச் சேவை செய்யப் பிறந்த பொதுத்துறை பெருமுதலாளிகளுக்குச் சேவை செய்யும் அரசுத் துறையாக

மாற்றப்படுகிறது. இதன்மூலம் சொத்துக் குவிக்க இன்னொரு வழியைத் திறக்கிறார்கள் என்பது வெளிப்படை.

இந்தியாவில் பங்கு வர்த்தகம் என்பது நெடுநாட்களாக லேவாதேவி குடும்பங்கள் கையிலே இருந்தது. இன்றைய சிறுசேமிப்பாளர்களும் பங்கு வர்த்தகத்தில் ஈடுபட விதை போட்டவர் திருபாய் அம்பானி ஆவார். 1978ஆம் ஆண்டில் அம்பானி ரிலையன்ஸ் நிறுவனத்தை அகமதாபாதில் பங்கு நிறுவனமாகத் தொடங்கினார். 50 ஆயிரம் நடுத்தரவர்க்க மக்களைப் பங்குகளை வாங்கவைத்தார். பங்குகளுக்கு அரசு வட்டியைவிட உயர்ந்த ஈவு கொடுத்து நம்பிக்கை ஊட்டினார். மக்களுக்கும் பங்கு நிறுவனங்களிலே முதலீடு செய்யும் பழக்கம் வளர்ந்தது. பல பெரிய நிறுவனங்களும் பங்குகளை விற்க முன்வந்தன. உலக நாடுகளின் நிதி நிறுவனங்கள் பங்குபெற டாக்டர் மன்மோகன் சிங் இந்தியப் பங்குச் சந்தையை உலகமயமாக்கினார். அதற்கு டாலர் சம்பாதிக்க குறுக்குவழியென அப்போது விளக்கமும் கொடுத்தார்.

1992ஆம் ஆண்டில் பல ஆயிரக்கணக்கான மக்களின் சேமிப்புகளையும் கடன் கொடுத்த வங்கிகளையும் பங்குச் சூதாட்டத்தில் திவாலாக்கி புத்தி புகட்டிய பெருமை இந்தியாவின் ஜான்லா என்று பெயரெடுத்த பங்கு புரோக்கர் மறைந்த கில்லாடி ஹர்ஷத் மேத்தாவை சாரும். உலகமயமான பங்கு வர்த்தகம் ஒரு வகை சூதாட்டம் என்பதை அந்தச் சரிவு உணர்த்தியது. ஆனாலும் இந்திய அரசு பங்குச் சந்தையை வளர்த்து அதன் வழியாக நிதி மூலதனத்தைப் பெருக்கினால் தொழிலும் விவசாயமும் தானாக வளரும் என்று நம்பியே செயல்படுகிறது.

இத்தகைய தகிடுதத்தம் செய்கின்ற பொருளாதாரச் சிந்தனையுடன் ஒன்றிய அரசு செயல்படுகிறது என்பதை மக்களிடம் அம்பலப்படுத்தாமல் தமிழகத்தில் திராவிட மாடல் இருப்பதாகச் சொல்வது ஏழை எளிய மக்களை உணர்ச்சிவயப்படுத்தலாம். வாழ்க்கையை முன்னேற்றப் பயன்படாது. திராவிட மாடலின் மூலவரான அண்ணா காலத்தை சற்று திரும்பிப் பார்ப்பது இதனைப் புரிந்துகொள்ள உதவும்.

❑

32

திராவிட மாடல்: ஒரு பார்வை

1933ல் அண்ணா, பச்சையப்பன் கல்லூரி மாணவர். கல்லூரி இதழில் அவர் எழுதிய கட்டுரை வருகிறது. அதன் தலைப்பு 'மாஸ்கோ கும்பல் அணிவகுப்பு'

கட்டுரை முழுவதும் மார்க்சின் எழுத்துக்கள் எப்படி தொழிலாளியை வெறிபிடித்த பேயனாக ஆக்குகிறது என்பதைக் கூறுகிறார். 'மார்க்சின் மெல்லிசை, மிகவும் இனிமையாகவும், அருமையாகவும், நம்பிக்கை ஊட்டுவதாகவும் இருந்தது. அதை மீண்டும் மீண்டும் கேட்டு, தொழிலாளி பைத்தியமானான். அது நிச்சயமாக அவனை ஒரு பேயனாக்கியது' என்று எழுதுகிறார். அந்தக் காலத்தில் இங்கிலாந்திலிருந்து வெளிவந்த சோவியத் புரட்சியை விமர்சிக்கும் இதழ்களைப் படித்து இப்படி ஒரு முடிவிற்கு அவர் வருகிறார் எனக் கருதலாம். அவரது ஆசான் தந்தை பெரியார் சோவியத்தைப் பற்றி எழுதியதெல்லாம் அண்ணாவை ஈர்க்கவில்லை என்றும் தெரிகிறது. இக்கட்டுரையின் கடைசி வரிகளில் 'மாஸ்கோ கும்பல் அணிவகுப்பிற்குள் துகள்களாகக் கிடக்கும் உண்மைகளும் ஆய்வுக்குத் தகுதியானது. இது மனிதகுலத்திற்கு உண்மையான எச்சரிக்கையாகும். மேலும் இது எல்லா வகையிலும் உயர்ந்த ஒழுக்கத்தை விளைவிக்கும் திறன் கொண்டது.' என்று முடிக்கிறார்.

திராவிட இயக்கத்தின் தளபதியெனப் பெயரெடுத்து அண்ணா பிரபலமான பிறகு 1946ல் 'பணத் தோட்டம்' என்ற அவரது படைப்பு வெளிவருகிறது. புத்தகத்தின் உள்ளடக்கம் விநோதமானது. வங்கி இயக்கம் பற்றியும் இந்தியாவின் வடபகுதியில் அதன் வளர்ச்சிக்கு ஏகாதிபத்தியம் காட்டிய சலுகைகளையும், தென்பகுதி புறக்கணிக்கப்படுவதையும் அவருக்கே உரிய இளைஞர்களை ஈர்க்கும் நடையில் வாதிடுகிறார். பம்பாயைச் சுற்றியும், கல்கத்தாவைச் சுற்றியும் தொழில்கள் வளர்ந்த அளவிற்கு தமிழகத்தில் தொழில் வளரவில்லை என்பதைக் காட்டிட புள்ளிவிவரங்களைக் காட்டுகிறார். புத்தகத்தின் பின்பகுதி, தொழிலாளர் கட்சி, முதலாளிகட்சி என்று மோதிக் கலவரம் செய்வதைப் பொதுமக்கள்

வேடிக்கை பார்க்கக் கூடாது. முதலாளியும் தொழிலாளியும் கூலி உயர்வு கேட்டு வேலை நிறுத்தம் செய்வதைப் பொதுமக்கள் வேடிக்கை பார்க்கக் கூடாது. கூலி என்றும் லாபம் என்றும் பிரிப்பதில் நீதி கூற மக்களுக்கு உரிமை உண்டு. ஏனெனில் மக்கள் கொடுக்கிற பணத்தைப் பங்கு போடுவதில்தான் அவர்கள் மோதிக் கொள்கிறார்கள். தொழிலாளர்கள் பக்கம் நியாயமிருந்தால் அதை ஆதரிக்க வேண்டும். ஏனெனில் அவன் திராவிடன். தான் திராவிடன் என்பது விவசாயிக்கும், தொழிலாளிக்கும் தெரியாது. திராவிடர் கழகம் இந்த உண்மையை மக்களிடம் சொல்கிறது என்று நிறைவாகக் குறிப்பிடுகிறார். நேருவும், கம்யூனிஸ்ட்டுகளும் முதலாளித்துவத்திற்கு ததாஸ்து கூறுவதாகக் கண்டித்து முடிக்கிறார்.

இதுவே அண்ணாவைத் தமிழக முதலாளிகளின் அரசியல் ஆசானாக்கிவிடுகிறது. “முதலாளித்துவ சோஷலிசம் வெறும் சொல் அலங்காரமாக ஆகும்போது – அவ்வாறு ஆகும்போது மட்டுமே – அது தன்னைச் சரியானபடி வெளிப்படுத்திக் கொள்கிறது" என்று கம்யூனிஸ்ட் அறிக்கையில் மார்க்ஸ் குறிப்பிடுவதையே அண்ணாவின் ‘பணத்தோட்டம்’ பிரதிபலிக்கிறது.

சுதந்திரமான வணிகம்: தொழிலாளிவர்க்கத்தின் நலனுக்காக, காப்புச் சுங்க வரிகள்: தொழிலாளிவர்க்கத்தின் நலனுக்காக, சிறைச்சாலைச் சீர்திருத்தம்: தொழிலாளிவர்க்கத்தின் நலனுக்காக. இதுதான் முதலாளித்துவ சோஷலிசத்தின் முத்தாய்ப்பான சொல், கருத்தார்ந்த பொருளுணர்த்தும் ஒரே சொல்.

முதலாளித்துவ சோஷலிசத்தைக் கீழ்க்காணும் வாக்கியத்தில் சுருக்கமாகச் சொல்லிவிடலாம்: “முதலாளி முதலாளியாக இருப்பது – தொழிலாளி வர்க்கத்தின் நலனுக்காகவே” இந்த மார்க்சின் மேற்கோளில் எங்கெல்லாம் தொழிலாளி என்று வருகிறதோ அந்த இடத்தில் ‘திராவிடன்’ என்று போட்டுவிட்டால் அதுவே அண்ணாவின் கோட்பாடாகிவிடும்.

“திராவிடன்” என்ற சொல்லை நீக்கி தமிழன் என்று போட்டால் அண்ணாவின் கொள்கையைப் பின்பற்றிய கலைஞர் கருணாநிதியின் கோட்பாடாகிவிடும். அவர் தம்பிக்கு எழுதிய கடிதங்களில், தான் ஆட்சிப் பொறுப்பில் இருப்பதே தமிழனுக்காக அல்லது உடன்பிறப்பிற்காக என்ற தொனி அடிநாதமாய் இருப்பதைக் கவனிக்கலாம். இதுதான் திராவிட மாடலின் அடிப்படை.

இதற்கு மாற்று எனப் புறப்பட்டிருக்கின்ற வலதுசாரி இந்துத்துவ மாடல், இந்தியா இதுவரை சந்தித்திராத கேடுகெட்ட சர்வாதிகார மாடலாகும். இதனை 2014ஆம் ஆண்டிலிருந்து மக்கள் அனுபவித்து வருகிறார்கள். பணமதிப்பு நீக்கம், ஜிஎஸ்டி என்ற பெயரில் அநியாய வரிவிதிப்பு, நாடாளுமன்ற நெறிமுறைகளைப் பின்பற்றாத எதேச்சதிகாரம், நீதிமன்றங்களின் தீர்ப்பு என்று சொல்லி அநீதியை நீதியாக்குவது, ஜம்மு காஷ்மீருக்கான சிறப்பு அந்தஸ்து சட்டத்தை மட்டுமின்றி, அதன் மாநிலத் தகுதியையும் நீக்கி யூனியன் பிரதேசம் ஆக்குவது, வளர்ச்சி என்று சொல்லிக்கொண்டு கார்ப்பரேட் முதலாளிகள் கொழுப்பதற்கு பொதுத்துறை நிறுவனங்களைத் தனியார் மயமாக்குவது, காலாவதியானவை என்று கூறி உழைக்கும் மக்கள் உரிமைகளைப் பறிக்கும் விதத்தில் சட்டங்களை ரத்து செய்து சுருக்குவது, இந்தி மொழித் திணிப்பு... இன்னும் இப்படி எத்தனையோ விஷயங்களைக் கூறலாம். இதற்கான அரசியல் அடிப்படையாக இருப்பது மோடி வழியாக செயல்படுத்தப்படும் ஆர்எஸ்எஸ்-இன் இந்துத்துவ மாடல்தான். இதனைப் புரிந்துகொள்ள மோடியை வழிநடத்தும் சித்தாந்தத்தைப் புரிந்துகொள்ள வேண்டும்.

❑

33

மோடியின் சர்வாதிகாரக் கனவுகளும் இந்துத்வாவும்

இன்றைய பா.ஜ.கவின் தலைமைப் பீடம் மோடி- அமித்ஷா கூட்டணி ஆகும் அதன் தத்துவ ஆயுதம் இந்துத்வா. இந்துத்வா என்பது அவர்கள் சொல்வதுபோல் சைவ, வைணவ, புத்த, நாட்டார் தெய்வக் கலவை அல்ல. வேறு என்ன என்பதைத் தேடுவது மிகவும் அவசியம்.

மோடி- அமித்ஷா இருவரும் அரசியல் சாணக்கியர்கள். கீதை கிருஷ்ணனின் தோள்மீது ஏறி ஊடக உதவியுடன் பொய்களை மெய்களாகக் காட்டும் மந்திரவாதிகள். மோடிக்கு சர்வாதிகாரி ஆகவேண்டும் என்று ஆசை; மோடியை சர்வாதிகாரியாக்கி அழகு பார்க்க வேண்டும் என்பது அமித்ஷாவின் ஆசை.

இதை அறிந்த ஏகாதிபத்தியவாதிகள் மோடியைத் தங்களது சதுரங்க வேட்டைக்குத் துணை புரியும் காயாக ஆக்கிவிட்டனர். மோடி அரசின் செயல்முறையைக் கார்ப்பரேட் நலன்கள் நிர்ணயிக்கின்றன. இன்றைய அரசியல் என்பது வர்க்கப் போர்க்களம் மட்டுமல்ல; கார்ப்பரேட் நலன்கள் மோதுகிற களமாகவும் இருப்பதை கவனத்தில் கொள்ளவேண்டும். சுருக்கமாக, இந்துத்வா அரசியல் கார்ப்பரேட் நலன்களை மோதல் இல்லாமல் நிர்வகித்து மக்களைப் பிளவுபடுத்தி ஆள்கிற குயுக்தியாகும். மக்கள் தங்கள் விரலால் தங்கள் கண்ணைக் குத்திக்கொள்ள வைக்கும் சாதுர்யமாகும்.

சர்வாதிகாரி ஆவது எப்படி என்பதை கார்ப்பரேட் புத்திமான்கள் மோடிக்குக் கற்றுக்கொடுக்கின்றனர். இது எப்படி செயல்படுகிறது என்பதை எளிதில் அறிய இயலாது. இந்திய சமூகத்தின் படிநிலை வளர்ச்சியின் வரலாற்றையும் சர்வதேச அளவில் அரசியல் வரலாற்றையும் அறிந்தவர்களே இதை மதிப்பிட முடியும்.

மோடியின் ஆளுமையில் முசோலினியின் படாடோப அரசியலின் சாயல் இருப்பதைக் காணலாம். மக்களை ஏமாற்ற ஆவேசமான எழுத்துக்களையோ, பேச்சையோ முசோலினி நம்புவதில்லை. பெரும் திரளோடு பவனி, ஆடம்பரமான உடை அலங்காரம்,

உயரமான கட்டிடங்கள், தூண்கள் இவைகளைக்கொண்டு மக்களைக் கவர்ந்தான். அவனது வழிகளில் சிலவற்றை மோடி பின்பற்றுவதைக் காணலாம். ‘எல்லாம் என் அரசிற்குள், இந்த அரசிற்கு வெளியே எதுவுமில்லை’ என்ற முசோலினி முழக்கத்தை மோடி சிறிது மாற்றி “அரசு தீர்மானிப்பவனுக்குத்தான் குடிஉரிமை.” என்று முழங்குவதைப் பார்க்கலாம். முசோலினி குடிஉரிமை அற்றவர்களை வெளியேறச் சொன்னான். மோடியோ, அமெரிக்க மெக்கார்த்தியிசத்தைக் கலந்து வாக்குரிமை அற்றவர்களாக வாழ இடம் கொடுக்கிறார். அதேவேளையில் ஹிட்லர் வழியில் ஆவேசமாகப் பேசி, மக்களை மயக்கும் ஆற்றலைப் பயிற்சி செய்து பெற்றிருப்பதைக் காணலாம்.

முசோலினி ரோம் சாம்ராஜ்ய நினைவாக 80 அடி உயர ஸ்தூபி கட்டினான், மோடி ராமர் கோயில்முன் ஸ்தூபி கட்டி, மக்களை மயக்குவதைக் காணலாம். ஹிட்லரை எதிர்த்த ஏகாதிபத்தியவாதிகளின் ஆசை நாயகனாக இருந்த ஸ்பெயின் நாட்டு சர்வாதிகாரியின் சாயலையும் மோடியிடம் காணலாம். எனவே, மோடியிசம் என்றால் முசோலினியிசம் + ஹிட்லரிசம் + பிராங்கோவின் கார்ப்பரேட் பாசிசம் + மெக்கார்த்தியிசம் இவைகளோடு வேத மன்னர்கள் கால வர்ணாஸ்ரமும் கலந்த கலவையாகும்.

❑

34
அமெரிக்க ஏகாதிபத்தியமும் சர்வாதிகாரிகளும்

1940க்கு முன்னர் இட்லர்தான், தன் சொந்த நாட்டு கார்ப்பரேட் நிறுவனங்களின் உதவியோடு ஐரோப்பிய நாடுகளில் சர்வாதிகாரிகளை உருவாக்கினான். அன்றே ஸ்பெயின் நாட்டு பிரான்சிஸ்கோ பிராங்கோ என்பவன் ஹிட்லரை எதிர்த்தவன். அமெரிக்க ஏகாதிபத்தியத்தின் ராணுவ உதவியும், கிறிஸ்துவ மதபீடத்தின் ஆதரவும், பன்னாட்டு நிறுவனங்களின் உதவியும் பெற்று 1933 முதல் 1979ல் சாகும் வரை சர்வாதிகாரியாய் இருந்தான். 1950-ல் இருந்து 1979 வரை உரிமை கேட்டுப் போராடிய லட்சக்கணக்கான மக்களைக் கொன்று குவித்தான். அங்கிருந்து அன்றைய கம்யூனிஸ்ட்டுகளின் சித்தாந்த சமரசப்போக்கால் சர்வாதிகார எதிர்ப்பு முனை மழுங்கிக் கிடந்தது. இவனது ஆட்சிமுறையைக் கார்ப்பரேட் பாசிசம் என சில வரலாற்று ஆசிரியர்கள் குறிப்பிடுகின்றனர். இந்தப் பிராங்கோவின் மறு பதிப்பாக மோடியை உருவாக்க ஏகாதிபத்தியவாதிகள் முயலுகின்றனர்.

1945ல் ஹிட்லர் ஒழிந்த பிறகு அமெரிக்க ஏகாதிபத்தியமும் கார்ப்பரேட் நிறுவனங்களும் சர்வாதிகாரப் பொம்மைகளை உருவாக்குவதில் வரலாறு படைத்தனர். 60க்கும் மேற்பட்ட ஆசிய ஆப்பிரிக்க, தென் அமெரிக்க நாடுகளில் சர்வாதிகாரிகளை உருவாக்கினர். அவர்களை மக்கள் விரட்டி அடித்ததையும் வரலாறு பதிவு செய்துள்ளது.

அமெரிக்கப் பன்னாட்டு நிறுவனங்களின் தயாரிப்பில் மிக அதிகமான மக்களைக் கொன்றவன் இந்தோனேஷியாவின் சர்வாதிகாரி சுகார்த்தோ. இவன் 1966- 1998 வரை ஆண்டபோது கொலைகளைக் கார்ப்பரேட் நிறுவனங்களும், மேட்டுக்குடி மாணவர்களும் அரங்கேற்றினர். காங்கோ என்ற இன்றைய சையரே நாட்டு சர்வாதிகாரி மொபுடு 1966-1997 வரை ஆட்சி செய்தான். பின்னர், வெளிநாடு ஓடிப்போய் அகதியாகச் செத்தான்.

சிலி நாட்டு சர்வாதிகாரி பினோசெட் 1973 முதல் 81 வரை ஆட்சி செய்தான். அமெரிக்கப் பன்னாட்டு நிறுவனங்களின்

கைப்பாவையாகச் செயல்பட்டான். மக்கள் எழுச்சியால், ஏகாதிபத்திய நாடுகளில் ஒன்றான பிரிட்டனில் தஞ்சம் புகுந்தான். பனாமா பசிபிக் தீவு நாடுகள், தென் கொரியா, தென்வியட்நாம், பிலிப்பைன்ஸ் ஆகிய நாடுகளில் ஆண்ட சர்வாதிகாரிகள் அனைவரும் அமெரிக்க கார்ப்பரேட் நிறுவனங்களின் தயாரிப்பே. பனாமா நாட்டின் சர்வாதிகாரி இமானுவேல் நுரேகா 1983 முதல் 1990 வரை அமெரிக்க கார்ப்பரேட் தயவில் ஆட்சி செய்தான். மக்களின் எழுச்சியைத் தவிர்க்க அமெரிக்க நிறுவனத்தின் வசமிருந்த பனாமா கால்வாயை தேச உடைமையாக்கினான். அடுத்த நொடியிலேயே நுரேகாவை போதைப் பொருள் கடத்தல்காரன் என்று அமெரிக்க அரசு குற்றம் சாட்டியது. அமெரிக்க ராணுவம் படையெடுத்து அவனைக் கைது செய்து சிறையில் அடைத்தது.

பிராங்கோ மாதிரி கார்ப்பரேட் பாசிசத்தின் எடுபிடியாக மோடி அடியெடுத்து வைக்கிறார். இதற்கு வசதியாக இந்தியச் சூழலில் மத வேற்றுமைகளுக்கு கொம்பு சீவுகிறார். இதற்காகவே சிஏஏ சட்டத்தைக் கொண்டுவந்தார். முஸ்லிம்களையும், கிறிஸ்துவர்களையும், பார்சிக்களையும் குறிவைக்கும் இந்தச் சட்டம் இப்போதைக்குக் கிடப்பில் போடப்பட்டிருப்பதாகத் தோன்றினாலும் நாடாளுமன்றத் தேர்தலுக்கு அல்லது அதற்குப் பிறகு ஆர்எஸ்எஸ் சனாதனக் கும்பல் எடுக்கப்போகும் ஆயுதம் அதுவாக இருக்கலாம். இது போதாதென்று பொது சிவில் சட்டத்திற்குத் தனிநபர் மசோதா என்ற குறுக்குவழியைக் கண்டுபிடித்துள்ளார். அயோத்தியில் கோயில் கட்டுவதற்குப் பெறப்பட்டதுபோல் இதற்கும் உச்ச நீதிமன்ற ஒப்புதலை பெற்றுக்கொள்வதற்கான நாடகம் ஒரு வழக்கு மூலம் நடப்பதாகத் தெரிகிறது.

மத நல்லிணக்கமும், மக்கள் ஒற்றுமையும், மதச்சார்பின்மையும் வலுவாக முன்னெடுக்க வேண்டிய காலத்தில் மத பேதங்களை முன்வைப்பது பற்றி கூடுதல் கவனத்துடன் இருக்கவேண்டியுள்ளது. இந்தக் கொடூரமான சர்வாதிகார இந்துத்துவா மாடலை எதிர்கொள்ளும் ஆற்றலை திராவிட மாடல் பெற்றுள்ளதா என்பது கேள்விக்குறிதான். இந்த இரண்டு மாடல்களுக்கும் மாற்றே இல்லையா என்பதை யோசித்து முடிவு எடுக்கவேண்டிய விஷயம் பற்றி மேல்வரும் பகுதிகளில் காணலாம்.

❑

35
வரலாறு போதிப்பது என்ன?

இன்று வரலாறு ஒன்றைப் போதிக்கிறது. இனமான அரசியலோ, மதச்சார்பற்ற அரசியலோ, தாராள முதலாளித்துவ அரசியலோ, சோசலிச அரசியலோ எதுவானாலும் மக்கள் பங்கேற்பு இல்லாவிட்டால் சீரழிவைக் கொண்டுவரும் என்பதைக் காட்டுகிறது.

அரசியலில் பல வண்ணங்கள் இருப்பதுபோல் தோன்றும். ஆழ்ந்து பரிசீலித்தால் இரண்டு ரக அரசியலே மோதும் அடிப்படைகளைக் கொண்டதாக இருப்பது தெரியவரும். வர்க்க மற்றும் பண்பாட்டு முரண்களைப் பயன்படுத்தி அதிகாரத்தைக் கைவசப்படுத்தும் அரசியல், வர்க்க முரண்களை ஒழிப்பது, பண்பாட்டு வேற்றுமைகள் முரண்பட்டு மோதாமல் தடுப்பது ஆகிய இரண்டு அம்சங்களைக்கொண்ட மார்க்சிய அரசியல் என்ற இரண்டையும் தாண்டி எதுவுமில்லை என்பது தெரியவரும். வேறு மாதிரி சொன்னால் தாராள முதலாளித்துவ சுதந்திரச் சந்தை அரசியல், மார்க்சிய அரசியல் என்று இரண்டிற்குள் எல்லா வண்ண அரசியல்களையும் அடக்கிவிடலாம்.

முதலாளித்துவ சுதந்திரச் சந்தை அரசியல், 20ஆம் நூற்றாண்டு சர்வாதிகாரிகளையும் பேரழிவு ஆயுதங்களைக்கொண்ட ஏகாதிபத்தியத்தையும் உருவாக்கிவிட்டதை வரலாறு காட்டுகிறது. சோவியத் அமைப்பு மக்களின் உற்சாகம் சுருங்கி, தனிநபர் துதியாக ஆகிப் பின்னர் சீரழிந்த வரலாறு நல்லதொரு பாடமாகும்.

மக்களின் அரசியல் பங்கேற்பு தடைபடுமானால் அல்லது சட்டம் ஒழுங்கு என்ற பெயரில் தடுக்கப்படுமானால், பேச்சுரிமை, எழுத்துரிமை, கூட்டம் கூடும் உரிமை ஒடுக்கப்படுமானால் இன்று சோசலிசத்தை நோக்கி நகரும் நாடுகளும் சோவியத்தைப்போல் சீரழியும் என உறுதியாகக் கூறலாம்.

அதேவேளையில் தாராள முதலாளித்துவ அரசியலும் சோசலிச அரசியலும் அடிப்படையிலேயே வேறுபடுவதைக் கவனிக்கத் தவறக் கூடாது.

சமத்துவம், பகைமை அற்ற மாறுபட உறவு என்பவற்றை அடிப்படையாகக்கொண்ட கம்யூனிச நெறிகளை நடைமுறையில் மீறும் போதுதான் சோசலிச அரசியலின் சீரழிவு தொடங்குகிறது.

ஆனால், தாராள முதலாளித்துவ அரசியல் அதிகாரத்தைக் கைப்பற்றும் போட்டியாக இருப்பதால் தனிநபர் சர்வாதிகாரத்திற்கு இயல்பாகவே இட்டுச்செல்கிறது. நாடுகளிடையே பகைமையை வளர்க்கிறது. ஹோஸ்டி கோஷ்டி சந்தையைக் கைப்பற்ற மோதாமல் தாராளமய முதலாளித்துவம் நிலைக்காது. முதலாளித்துவ உற்பத்தி முறை வளர்ச்சிப்போக்கில் சோசலிச உற்பத்தி முறைக்கு மாற வேண்டும். இல்லையெனில், சர்வாதிகார ஆட்சியாகச் சீரழியும் என்பதை வரலாறு காட்டுகிறது.

வரலாறு இன்னொன்றையும் போதிக்கிறது. தெய்வாம்சம் பொருந்தியவர்களாகக் கருதப்பட்ட மன்னர் ஆட்சிமுறை நிலைக்கவில்லை. இந்து மன்னர்கள் ஆட்சிமுறை இஸ்லாமிய நவாபுகளின் ஆட்சிமுறை கிறிஸ்துவ விக்டோரியா ராணியின் ஆட்சிமுறை எந்த ஆட்சிமுறையும் இந்தியாவில் நிலைக்கவில்லை. இன்று வரை மக்களை ஏற்றத்தாழ்வாகப் பகுக்கும் வர்ணாஸ்ரம முறை தவிர வேறு எதுவும் இங்கே அரசியலில் நிலைக்கவில்லை. வர்ணாஸ்ரம தர்மமும் இன்று தாக்குதலுக்கு உள்ளாவதைக் காண்கிறோம். முதலாளித்துவ அரசியலே அதைப் பேண முயற்சிக்கிறது. உழைப்பைச் சுரண்டுபவன் உயர்வு, உழைப்பவன் தாழ்வு என்ற பாகுபாடு மக்களின் மனோபாவமாக ஆக்கப்படுகிறது.

உலக வரலாற்றைப் பின்நோக்கிப் பார்த்தால் பல ராஜ்யங்கள் சாம்ராஜ்ய சண்டையில் வீழ்ந்ததைக் காணமுடிகிறது. 20ஆம் நூற்றாண்டில் உருவான மன்னரல்லாத சாம்ராஜ்ய முறையும் இரண்டு உலக யுத்தங்களால் காணாமல் போயின. இன்றைய ஏகாதிபத்தியவாதிகள் தங்களது நாணயத்தின்மூலம் உலக சந்தையில் ஆதிக்கம் செலுத்தவே முயற்சிக்கின்றனர். நாடுகளை அடிமைப்படுத்த ஆசைப்படவில்லை.

16ஆம் நூற்றாண்டிலிருந்தே பல ராஜ்யங்களில் மக்களின் போராட்டத்தால் மக்களாட்சி முறையின் கூறுகள் துளிர்த்தன. தொடக்கத்தில் விவசாயிகளின் போராட்டமே மக்களாட்சி முறையின் அவசியத்தை உணர்த்தியது. நவீன தொழிலாளி வர்க்கம் தோன்றிய பிறகே மக்களாட்சி முறை சாத்தியமானது. முதல் சர்வதேசத் தொழிலாளர் சங்கமே நவீன மக்களாட்சி முறைக்கு வித்திட்டது. இரண்டாவது சர்வதேச அமைப்பு, கம்யூனிஸ்ட்டுகளின் அகிலம்,

இம் மூன்று பாட்டாளி வர்க்க அமைப்புகளும் உலக அரசியலில் பெரும் பங்காற்றின. எந்த சாம்ராஜ்யவாதிகளின் கனவுகளும் நனவாகாமல் போனதற்கு இந்த அமைப்புகளின் செயல்பாடே காரணமாகும். இந்தியாவின் விடுதலைப் போராட்டமும் ஐரோப்பிய நாடுகளின் யுத்த வரலாறுகளும் இதனை நமக்கு உணர்த்துகின்றன. முதலாளித்துவ பாட்டாளி வர்க்கத்தின் போராட்டமே மக்களாட்சியின் கூறுகளைச் செம்மையாக்குகிறது என்பதையும் அன்றாட அனுபவங்கள் காட்டுகின்றன.

ஐரோப்பியத் தொழிலாளர்களின் போராட்டங்களில் பங்கெடுத்த மார்க்ஸ், எங்கெல்ஸ் போன்ற தத்துவ மேதைகள் தவிர, அக்காலத்தில் எந்த அரசியல் நிபுணர்களோ, மானுட உளவியல் நிபுணர்களோ, தத்துவ மேதைகளோ அடக்குமுறை இல்லாமல் ஒரு சமூகம் இருக்க முடியும், நாடுகளிடையே போரில்லாமல் ஒத்துழைக்க முடியும் என்பதைக் கற்பனை செய்யக்கூடத் தயாரில்லை. சமாதான சக வாழ்வு என்ற முழக்கத்தை சோவியத் அரசே முன்வைத்தது.

“வர்க்கப் போராட்டங்கள் அரசெனும் அடக்குமுறைக் கருவியை உதிரச் செய்யும். நாடுகளிடையே ஒத்துழைப்பையும் உருவாக்கும்” என்று மார்க்சும் எங்கெல்சும் மட்டுமே வருமுன் உரைத்தனர். அன்று இது அபாயகரமான கருத்தென்று தடை செய்யப்பட்டது. சாம்ராஜ்யவாதிகள் தொடுத்த முதல் உலக யுத்தம் ஐரோப்பிய பாட்டாளிகளை நாட்டுப்பற்றா? சக வாழ்வா? என்ற தர்மசங்கடத்தில் தள்ளினாலும் அடிமனது சோவியத் புரட்சியை ஆதரித்தது. போர் முனையில் மார்க்ஸ், எங்கெல்ஸ் முன்மொழிந்த கருத்துக்கள் செயல்படவே ராணுவ வீரர்கள் ஒருவரை ஒருவர் சுடுவதைத் தவிர்த்தனர். ஜெர்மன் பின்வாங்கியது. இரண்டாம் உலகப் போரிலும் ஜெர்மன் தோற்க ராணுவ வீரர்களின் மனமாற்றமே காரணமாக அமைந்தது. பின்னர், வியட்நாம் யுத்தத்தின்போது பெரும்பகுதி அமெரிக்கச் சிப்பாய்கள் மனமாற்றம் பெற்றதால் அமெரிக்க யுத்தத்தில் தோற்றனர். இப்போது ஆள் இல்லா விமானம் மூலம் யுத்தம் தொடுக்க ஏகாதிபத்தியவாதிகள் முனைகின்றனர்.

1917ல் உதயமான சோவியத் உலக நாடுகளுக்கு அறிவித்தது… ‘அரசெனும் அடக்குமுறைக் கருவியை உதிரச்செய்யவும், நாடுகளிடையே ஒத்துழைப்பை உருவாக்கவும் பாட்டாளி வர்க்க அரசு உதயமாகியுள்ளது. எனவே, ஆதரவு தாரீர்’ என்று அந்தப் பிரகடனம் கூறியது. அந்தப் பிரகடனத்தின் இலக்கு இன்றும் மதிப்பிழக்கவில்லை.

சோவியத் புரட்சிக்குப் பிறகே, அரசெனும் அடக்குமுறைக் கருவி உதிர்வது சாத்தியம் என்ற நம்பிக்கை பிறந்தது. மக்களாட்சிக்கான போராட்டம், சட்ட ஆட்சி என்ற பெயரில் நிலவும் அடக்குமுறைக்கெதிரான போராட்டம் இவை இரண்டும் இல்லாத நாடு எதுவும் இன்றில்லை. முதலாளித்துவ நாடுகளிலும், தத்துவ மேதைகளும், சமூக இயலாளர்களும், அரசியல் நிபுணர்களும், அறிவியல் துறையினரும், நாடுகளிடையே நிலவும் முரண்பாட்டையும் மோதலையும் தவிர்க்கப் பல கோட்பாடுகளை முன்மொழிகிறார்கள். சுருக்கமாகச் சொன்னால் 20ஆம் நூற்றாண்டில் முதலாளித்துவ முகாமும், சோசலிச முகாமும் மோதியே தீர வேண்டும் என்பதற்காக முதலாளித்துவ முகாம் சோசியல் டார்வினிசம் என்ற கோட்பாட்டை முன்வைத்தனர். சமாதான சக வாழ்விற்காகக் குரல் கொடுத்த சோவியத் அரசை அகற்றாமல் மானுட விடுதலை சாத்தியமில்லை என்பதை நிலைநிறுத்த டார்வினின் பரிணாம வளர்ச்சிக் கோட்பாட்டை அரசியல் ஆயுதமாக்கினர். தகுதி உள்ளது மட்டுமே? மற்றவை அழியும். இதுவே இயற்கை நியதி என்று பெரும் திரளாக மக்களைக் கொன்று குவிப்பது அவசியம் என்பது சோசியல் டார்வினிசம் ஆகும்.

இன்று டார்வின் வழிவந்த எவல்யுஷனரி பயாலிஸ்ட்டுகள் சோசியல் டார்வினிசத்திற்கு எதிராகக் குரல் கொடுக்கின்றனர். ஒத்தழைப்பை நோக்கியே இயற்கை மாறுதலை அடைகிறது. ஒன்றுக்கொன்று உணவாக சங்கிலித்தொடர் இருப்பதாலேயே இயற்கையின் பன்முகத் தன்மை காக்கப்படுகிறது என்பது இவர்களது கோட்பாடாகும். இவர்களது கோட்பாட்டை ஏற்ற சமூக அரசியல் ஆய்வாளர்கள் மோதலைத் தவிர்க்கும் கோட்பாடுகளை உருவாக்கி யுத்த எதிர்ப்புக்குரலாக உள்ளனர். கேம் தியரி ஆஃப் கோ ஆப்ரேஷன் என்ற கோட்பாட்டை முன்மொழிந்து நாடுகளிடையேயும் முதலாளி, தொழிலாளி உறவிலும் மோதலைத் தவிர்க்க எழுதியும் பேசியும் வருகின்றனர். '(ராபர்ட் ஆக்ஸல்ராடு எழுதி 2006ல் வெளிவந்த எவல்யூஷன் ஆஃப் கோ ஆப்ரேஷன்' என்ற புத்தகம் முதலாளித்துவ முகாமின் சக வாழ்விற்கான கோட்பாடுகளை விளக்குகிறது. 2006ஆம் ஆண்டுப் பதிப்பிற்கு எவல்யுஷனரி பயாலிஜிஸ்ட் ரிச்சர்டு டாவ்கின்ஸ் முன்னுரையுடன் வெளிவந்தது. 'அரசியல் தலைவர்கள் அவசியம் படிக்க வேண்டிய புத்தகம்' என்று குறிப்பிடுகிறார்).

இந்தப் புத்தகம் வெளிவந்ததிலிருந்து மேலைநாடுகளின் அரசியல் வட்டாரத்தில் சர்ச்சைகளை உருவாக்கி வருவதைக் காண்கிறோம்.

இந்தக் கோட்பாடு மக்களிடையே பரவியதால் எடுத்ததெற்கு எல்லாம் படையெடுப்பின் மூலம் தீர்வு தேட முயலும் ஏகாதிபத்தியவாதிகளை லாபநட்டக் கணக்குப் பார்க்க வைத்துவிட்டது.

மறுபக்கம் முதலாளித்துவ முகாமின் ஆதிக்க மனோபாவம் இந்தக் கோட்பாட்டைச் செல்லுபடி ஆகாமல் ஆக்கி வருகிறது என்ற எதார்த்தத்தை நாம் பார்க்க மறுக்கக் கூடாது. பல நிறுவன அதிகாரிகள் முதலாளி, தொழிலாளி உறவில் இந்தக் கோட்பாட்டைப் பின்பற்ற முயற்சிக்கிறார்கள். முதலாளியோடு தொழிலாளி சமரசமாகப் போகும்பொழுது எல்லையற்ற லாபவெறி சமூக நெருக்கடிக்குக் காரணமாகிவிடுகிறது. மேலைநாடுகளில் பலமான பொருளுற்பத்தி அடிப்படை இருந்தும் நிதி மூலதன இயக்கம் நெருக்கடியை விளைவிக்கிறது. இந்தக் கோட்பாடு பலனளிக்கும் தன்மையை இழந்து நிற்கிறது. ஒரு பகுதி முற்போக்கு முகாம் மார்க்சைப் படிக்கத் துவங்கிவிட்டனர். அதன் விளைவுதான் தாமஸ் பிக்கெட் எழுதிய '21ஆம் நூற்றாண்டு முதலாளித்துவம்' என்ற புத்தகம், சந்தைப் பொருளாதார நிபுணர்களைத் தூங்கவிடாமல் செய்துவருகிறது. வேறு மாதிரி சொன்னால் முதலாளித்துவ உற்பத்தி முறை சோசலிச உற்பத்தி முறைக்குத் தாவ வேண்டும். இல்லையெனில், எதேச்சதிகார அரசாகச் சுருங்கி மக்களாட்சி கேலிக் கூத்தாகிவிடும்.

❑

36

எது மக்களாட்சி?

இன்று எது மக்களாட்சி என்றால், அதற்கும் பலவிதமான பதிலே கிடைக்கின்றன. அப்படிப்பட்ட பலவிதமான பதில்களிலிருந்து பொதுவாகத் திரட்டினால் மக்களாட்சியின் கூறுகளைத் தொகுக்கலாம்.

மக்களால் தேர்ந்தெடுக்கப்படும் பிரதிநிதிகளின் நிர்வாகம், சட்ட ஆட்சி, சட்டத்தின்முன் அனைவரும் சமம், பாகுபாடில்லாமல் முன்னேற வாய்ப்புகள், அரசியல் சுதந்திரம் இவையே மக்களாட்சியின் கூறுகளாகும்.

ஆனால், அரசு அடக்குமுறைக் கருவியாக நீடிக்கிறதா, இல்லையா என்பதே அடிப்படைக் கேள்வியாகும். மேலே குறிப்பிட்ட எல்லாக் கூறுகளையும்கொண்ட மக்களாட்சி முறை உள்ள நாடு என்று எதுவும் இன்று இருப்பதாகக் கூறமுடியாது. ஆனால், எல்லா நாடுகளிலும் வர்க்கப் போராட்டம் இந்த இலக்கை நோக்கி நாடுகளைப் பயணிக்க வைக்கின்றன. சவூதி அரேபியாகூட சட்ட ஆட்சி என்கிறது. சட்டம் போடும் அதிகாரம் மன்னருக்கே உண்டு என அந்தச் சட்டம் கூறுகிறது. மார்க்சிய அகராதியில் பாட்டாளி வர்க்க சர்வாதிகாரம் என்ற சொற்றொடரே மக்களை அச்சுறுத்துகிறது. இதனை 1917ல் சோவியத் புரட்சியின் தத்துவ ஆசான் லெனின் உணர்ந்தார். ''அரசு எனும் அடக்குமுறைக் கருவியாக இருப்பதிலிருந்து நிர்வாக எந்திரமாக உருமாறும் கட்டத்தில் இது தற்காலிகமான ஏற்பாடு. சொத்துக் குவிப்பு வெறி, சுரண்டல், உழைக்காமலே வருமானத்தைத் திரட்டும் போக்கு. இம்மூன்றும் மக்கள் மனத்தைக் கவர்வதிலிருந்து விடுபட இந்த ஆட்சிமுறை அவசியமான சட்ட ஆட்சி, ஒவ்வொருவரும் முன்னேற வாய்ப்பு, சட்டத்தின்முன் அனைவரும் சமம் என்பது பேணப்படுவதால் பொருளாதார பலம் பெருகி இந்த ஆட்சி முறையை அவசியமற்றதாக்கிவிடும்'' என்றார். விஞ்ஞானத் தொழில்நுட்பப் புரட்சியால் பொருளாதாரம் வளர்ந்தது. உலகமே வியந்தது. முதல் உலக யுத்தத்தால் இழந்ததை மீட்டது ஓர் அதிசயம். சுற்றிப் பகைவர்கள் போட்ட தடைக்கற்களைப் படிக்கற்களாக மாற்றி முன்னேறினர். இரண்டாம் உலக யுத்தம் மிகப் பெரிய சேதம் விளைவித்தது. சோவியத் அழிந்தது என்ற முடிவிற்கு வந்து ஏகாதிபத்தியவாதிகள் மகிழ்ந்தனர். யுத்தத்தால் எந்தப் பாதிப்பும் ஏற்படாத அமெரிக்காவின் தயவில்தான் ஐரோப்பிய நாடுகளின் பொருளாதாரம் இருந்தது. சோவியத் அமெரிக்காவின் தயவைப் பெறாமலே எந்த நாடும் சந்திக்காத இழப்பிலிருந்து மீண்டது அதிசயத்திலும் அதிசயமானது. 'அதிசயம் கடவுளால் நிகழாது; மக்களால் நிகழும்' என்ற வாசகம் உண்மையானது.

❑

37
வர்க்க முரண்பாடுகளும் வர்க்கப் போராட்டமும்

வர்க்கப் போராட்டமே அரசியலைத் தீர்மானிக்கிறது என்ற மார்க்சிச வரையறையைப் புரிவதில் தெளிவு வேண்டும். வர்க்க முரண்பாடுகள் வேறு, வர்க்கப் போராட்டம் வேறு. வர்க்க முரண்பாடுகள் பல வடிவங்களில் இருக்கும். வன்முறை வடிவம் பெறலாம். யுத்தத்தின்மூலம் நாடுகளை அடிமைப்படுத்தித் தங்களது தொழிலுக்குத் தேவையான மூலப்பொருளையும் மலிவு விலையில் உழைப்பையும் பெறுகிற வடிவத்தில் இருக்கலாம். அரசியல் வடிவமும் பெறலாம். ஆட்சியிலிருப்போரை வசப்படுத்தித் தொழில் அமைதி என்ற பெயரில் தொழிலாளர் விரோதச் சட்டங்கள் கொண்டுவரலாம். கதவடைப்பு மூலம் தொழிற்சங்க இயக்கத்தை முடக்கும் வடிவம் பெறலாம். வரிவிதிப்பு முறை, நுகர்வோர் பாதுகாப்பு, அத்தியாவசிய சேவை என்ற பெயரில் வர்க்க முரண்பாடு வெளிப்படலாம். இது தவிர, வர்க்க முரண் மறைமுகமாகவும் வெளிப்படும். பட்டினிச் சாவு, வேலை இழப்பு அபாயம், தொழிலை மூடி வேலை இழப்பை உருவாக்குவது, லஞ்சம் கொடுத்து அரசு எந்திரத்தை ஏவி உழைப்பாளிகளை அடக்குவது, கூலியைக் குறைக்க வேலை இல்லாத் திண்டாட்டத்தைப் பயன்படுத்துவது என்ற வடிவில் நவீன வர்க்க முரண் வெளிப்படுகிறது.

மார்க்சிய வரையறைப்படி வர்க்கப் போராட்டம் என்றால், விழிப்புணர்வு பெற்ற பாட்டாளிகள் அமைப்புமூலம் நடத்தும் மும்முனைப் போராட்டமாகும். சித்தாந்த முனை, அரசியல் முனை, பொருளாதார முனை என்று மும்முனைப் போராட்டம் நடத்தி வர்க்க முரணற்ற, பண்பாட்டு முரணற்ற சமூக உறவு, நாடுகளிடையே சக வாழ்வு என்ற இலக்குகளை அடைய நடத்தும் இயக்கமாகும். உடனடி கோரிக்கையிலிருந்து அரசியல் நிர்ணயச் சட்டத்தை, சுரண்டலை ஒழிக்கும் சட்டமாகத் திருத்தி அந்தச் சட்டப்படி அரசாங்க நிர்வாகத்தை நடத்த மக்களைத் திரட்டுவதை இலக்காகக் கொண்ட அரசியல் இயக்கமாக மாறுவதே, மார்க்சிய அகராதியில் வர்க்கப் போராட்டம் எனப்படுகிறது.

இன்று உலக நாடுகளில இரண்டு விதமான நவீன அரசாங்கங்கள் உள்ளன. நாடாளுமன்றத்திற்கே அதிகாரம் என்ற அரசு அமைப்புகளைக்கொண்ட நாடுகள், மக்கள் கையில் அதிகாரத்தை உத்தரவாதம் செய்யும் சோவியத் பாணி அரசு உள்ள நாடுகள்.

முதல் வகை, பிரெஞ்சுப் புரட்சிக்குப் பிறகு சர்வாதிகாரி நெப்போலியன் உருவாக்கிய சட்ட ஆட்சிமுறையிலிருந்து அந்தந்த நாட்டின் பிரத்யேகத் தன்மைக்கேற்ப நாடாளுமன்ற அரசுகளாகப் பரிமளித்தவை. இரண்டாவது வகை, சோவியத் புரட்சியின் விளைவாக அந்தந்த நாட்டின் பிரத்யேகத் தன்மைக்கேற்ப உருவான சட்ட ஆட்சிமுறை.

நமது நாட்டில் நாடாளுமன்ற ஆட்சிமுறை இந்திய பழைமைவாதப் பண்பினைப் பேணுகிற முறையில் பிரிட்டிஷ் அரசு தயாரித்துத் தந்ததாகும். அரசியல் நிர்ணய சபையில் காங்கிரஸ் கட்சியிலிருந்த பழைமைவாதிகளின் கை ஓங்கி இருந்தது என்பதை மறந்துவிடலாகாது. இந்தப் பழைமைவாதிகளுடன் விவாதம் நடத்தி அரசியல் நிர்ணய சட்டத்தின் அடிப்படை உரிமைப் பிரிவுகளில் மனித உரிமை மற்றும் ஆண், பெண் சமத்துவத்தை உறுதிப்படுத்தும் பிரிவுகளைச் சேர்க்க அம்பேத்கர் எடுத்த முயற்சிகளை முறியடித்த வரலாற்றை மறந்துவிடக்கூடாது.தேர்ந்தெடுத்த பிரதிநிதி ஏறுமாறாக நடந்தால் திரும்ப அழைக்கும் உரிமையை நமது அரசியல் சட்டம் மறுக்கிறது.

ஐரோப்பாவில் சட்ட ஆட்சி என்ற கோட்பாட்டை அறிமுகப்படுத்தியவன் சர்வாதிகாரி நெப்போலியன். பிரபுக்களின் பிறப்புரிமையாக இருந்த அரசாங்க உயர் பதவிகளைத் திறமையுள்ளவர்களைக்கொண்டு நிரப்பக் கோட்பாடுகள் வகுத்தான். அந்தக் கோட்பாட்டில் மக்களுக்கு உரிமைகளை வழங்குகிற ஒவ்வொரு பிரிவின்மீதும் அதைப் பறிக்கிற உரிமையை அரசிற்கு வழங்கும் பிரிவு சவாரி செய்யும்படி அமைந்திருந்தது. அதனை முதலில் மார்க்ஸ் சுட்டிக்காட்டினார். அதன்மூலம் அவன் உருவாக்கிய சட்டத்தின் சுரண்டும் வர்க்கச் சார்பை மார்க்ஸ் தெளிவாக்கினார். நெப்போலியன் அதிகாரம் யார் கையிலிருக்க வேண்டும் என்பதில் பாகுபாட்டை நம்பினான். தேர்ந்தெடுக்கப்பட்ட நபர்கள் கையில் அதிகாரம் இருப்பதே நல்லது எனக் கருதினான். மக்களின் கையில் அதிகாரம் இல்லாத நிலையால் நாடாளுமன்ற ஜனநாயகம் நிலவுகிற நாடுகளில் அரசாங்க நிர்வாகம் சீரழிவை நோக்கிப் போவதைக் காண்கிறோம். இன்றைய ஆகப் பக்குவமான நாடாளுமன்றம்

இருக்கும் நாடாக அமெரிக்கா உள்ளது. அமெரிக்க மக்களின் நேரடி வாக்கில் குறைவான வாக்குப்பெற்ற டிரம்ப் எலக்டோரல் காலேஜ் என்ற அமைப்பின் மூலம் நாட்டு ஜனாதிபதியாக முடிகிறது. அவரது சொல்லும் செயலும் அரசியலின் தரம் எவ்வளவு கெட்டுக்கிடக்கிறது என்பதைக் காட்டுகின்றன. மிகவும் முன்னேறிய ஐரோப்பிய நாடுகளிலும் அரசியல் சீரழிவு மக்களைத் தெருவிலே நிறுத்தியிருப்பதைக் காண்கிறோம். அரசு அடக்குமுறைக் கருவியாக இல்லாமல் ஒரு நிமிடம்கூட முதலாளித்துவ உற்பத்தி முறை நீடிக்காது என்பதையே இன்றைய மேலைநாட்டு நிலவரம் நமக்கு உணர்த்துகிறது. தேர்ந்தெடுக்கப்பட்ட அமைப்பே அதிகாரம் படைத்தது என்ற நாடாளுமன்ற அமைப்பு மக்களாட்சி முறையின் அடிப்படைகளைக் கேள்விக்குறியாக்கிவிடுகிறது. பிரதிநிதிகளைத் திரும்ப அழைக்கும் உரிமை இருக்குமானால் மக்களின் பங்கேற்பு அரசியலில் உத்தரவாதமாகிறது. பொதுநலனும் சுயநலனும் மோத வேண்டிய நிலைமையை மாற்றிவிடுகிறது.

❑

38

மக்களாட்சி முறைக்கு சோவியத்தின் பங்களிப்பு

இன்று சோவியத் யூனியன் இல்லை. ஆனால், அது உருவாக்கிய கோட்பாடுகளும் நடைமுறைகளும் மக்களாட்சி முறையின் தரத்தை அளக்கும் அளவுகோல்களாக உள்ளன. மக்களின் கூட்டுணர்வு பேணப்படுமானால், அரசியலிலும் அரசாங்க நிர்வாகத்திலும் தூய்மை நீடிக்கும் என்பதை சோவியத்தின் தொடக்க கால நிகழ்வுகள் காட்டுகின்றன. தேர்ந்தெடுக்கப்பட்ட பிரதிநிதி ஏறுமாறாக நடந்தால் அவரைத் திரும்பி அழைக்கும் உரிமை மக்களுக்கு இருந்ததால் சுயநலவாதிகளை எளிதில் களையெடுக்க முடிந்தது.

1917இல் உழைப்பாளி மக்களும் எல்லையில் போரிட்டுக் கொண்டிருந்த ராணுவமும் ஆங்காங்கு கூடி சோவியத் அமைப்பிற்குப் பெரும்பான்மையாக மென்ஷ்விக் கட்சியினரையே தேர்ந்தெடுத்தனர். உடனடியாக யுத்தத்தை நிறுத்த அன்றைய அரசிற்கு சோவியத் உத்தரவு போடும் என்று நம்பியே அவர்களை அனுப்பினர். பட்டினிச் சாவிலிருந்து மக்களைக் காப்பாற்ற தானிய இறக்குமதிக்கும் பதுக்கலை வெளிக்கொண்டுவரவும் ஏற்பாடு செய்வர் என்று எதிர்பார்த்தனர். ஆனால், யுத்தம் தொடர்ந்தது. தானியத்தைப் பதுக்கல்கார்கள் அநியாய விலைக்கு விற்க அரசு பாதுகாப்பு கொடுத்தது. இந்தக் கட்டத்தில்தான் மக்களும் ராணுவத்தினரும் மென்ஷ்விக் கட்சியின் பிரதிநிதிகளைத் திரும்ப அழைத்து போல்ஷ்விக் கட்சியினரைத் தேர்ந்தெடுத்து அனுப்பினர். சோவியத்தில் பெரும்பான்மை இருந்ததால் அரசாங்கம் கலைக்கப்பட்டது. அதிகாரத்தை சோவியத்தே எடுத்துக்கொண்டது.

மக்கள் கூட்டுணர்வால் சுயகட்டுப்பாட்டுடன் நடந்துகொண்டனர். பால் முதல் ரொட்டி வரை மக்களுக்கு விநியோகமானது. பதுக்கலைக் கண்டுபிடித்தனர். எல்லையில் இரண்டு நாட்டு ராணுவ வீரர்களும் மோதலைத் தவிர்த்தனர். இருந்தாலும் ஜெர்மனி மீண்டும் தாக்காமல் இருக்க, சோவியத் ஒப்பந்தம் செய்துகொண்டது. யுத்தம் முடிவிற்கு வந்தது. பொருளாதாரக் கட்டமைப்பை உருவாக்க இரவு, பகலாக மக்கள் உழைத்தனர். பொதுக்காரியங்களை மக்களே பகிர்ந்து

செய்தனர். தெருவைப் பெருக்குவதிலிருந்து குடிநீர் விநியோகம் வரை உத்தரவாதம் செய்தனர். இரவு, பகல் பாராமல் மக்கள் உழைப்பைச் செலுத்தினர். வீடற்றோருக்குப் பெரிய பங்களாக்கள் ஒதுக்கப்பட்டன. குடும்பத்தினரின் எண்ணிக்கையைப் பொருத்து வீட்டுப் பரப்பளவு எவ்வளவு என்பது தீர்மானிக்கப்பட்டது. அரங்கங்கள் மக்கள் கூடி விவாதிக்கத் திறந்துவிடப்பட்டன. இவை அனைத்தும் மக்களின் கூட்டுணர்வால் யார் உயிருக்கும் பாதிப்பு இல்லாமல் நடந்தேறியது என்பதை ஜான் ரீ ட் என்ற அமெரிக்க நிருபர் ரஷ்யா சென்று ‘உலகைக் குலுக்கிய 10 நாட்கள்’ என்ற நேரடி ரிப்போர்ட்டில் விரிவாக எழுதியுள்ளார். அதனைப் படித்தவர்கள், இதையெல்லாம் நம்ப முடியுமா என்று கேட்டனர். ஆனால், இன்று மெரினா எழுச்சிக்குப் பிறகு அற்புதங்களை உருவாக்கும் ஆற்றல் மக்களின் கூட்டுணர்விற்கு உண்டு என்பதை மறுக்கத் தயங்குவர். வியட்நாம் மக்களின் கூட்டுணர்வே ஒரு வல்லரசைப் பின்வாங்க வைத்தது என்ற உண்மையை ஏற்பர்.

1914இல் தொடங்கி 1919 வரை நீடித்த முதலாம் உலக யுத்தம் ஐரோப்பியக் கண்டத்தையே சீரழித்துக்கொண்டிருந்த காலம். யுத்த நசிவுகளுக்கிடையே ரஷ்யாவில் 1917ஆம் ஆண்டு அக்டோபர் புரட்சியால் சோவியத் ஆட்சி பிறந்தது. அது பிறந்ததிலிருந்து மேலை நாட்டு ஊடகங்கள் இழிவு செய்வதிலேயே கண்ணும் கருத்துமாய் இருந்தன. ஏன்?

கடந்தகால ஐரோப்பிய மற்றும் அமெரிக்கப் பாட்டாளி வர்க்கப் போராட்டக் களத்தில் பிறந்த மார்க்சிச சித்தாந்தத்தில் புடம்போட்ட போல்ஷ்விக் கட்சி வழிகாட்டத் தங்களது நாட்டில் வறுமையும், அறியாமையும் இல்லாத மானுட சமூகத்தை நிர்மாணிக்க புதிய பாதை போடத் துவங்கியதைத்தான் கொடூரச் செயலாக மேலை நாட்டு ஊடகங்கள் பார்த்தன. முதலில் ஏகாதிபத்திய அரசுகள் 1871ல் பாரிஸ் கம்யூனைக் கிள்ளி எறிந்ததுபோல், ரஷ்ய செல்வந்தர்களின் வெண் படைக்கு உதவப் படைகளை அனுப்பி சோவியத்தையும் கிள்ளி எறியத் தலையிட்டன. 1917 முதல் 1927 வரை சோவியத் ஆட்சியில் மக்கள் கண்டது உள்நாட்டு யுத்தம். சுற்றிலும் செல்வந்த அரசுகளின் பகைமை, பஞ்சம், தொற்றுநோய்கள், உழைக்கும் மக்களின் உயிரிழப்புகள் ஆகியவையே. மக்களின் கூட்டுணர்வைப் பேணுவதில் போல்ஷ்விக் கட்சி முனைப்புக்காட்டியதால் இந்தத் தொல்லைகள் பஞ்சாய்ப் பறந்தன.

உள்நாட்டுக் கலவரம் முடிவிற்கு வந்தாலும் பிரபுக்கள், முதலாளிகளின் சதிவேலைகள், சோவியத் முன்னோடிளைத் தீர்த்துக் கட்டுதல், உற்பத்தி அமைப்புக்களைத் தகர்த்தல் போன்ற பயங்கரச் செயல்களாகத் தொடர்ந்தன.

சோவியத் முன்னேற வேண்டுமானால் ஏகாதிபத்திய நாடுகளின் ராணுவத் தலையீடு தடுக்கப்பட வேண்டும். அதற்குப் பதற்றமற்ற உலக உறவிற்கு அடிப்படை போடுவது அவசியம் என்பதை லெனின் தலைமையில் இருந்த போல்ஷ்விக் கட்சியின் அரசியல் தலமைக் குழு மட்டுமல்ல, ஜெர்மன் எல்லையில் போரிட்ட ராணுவ வீரர்களும் அறிந்திருந்தனர். அதேவேளையில் சர்வதேசப் பாட்டாளிவர்க்க உணர்வு ரஷ்ய மக்களுக்கு மட்டும் இருந்தால் போதாது, ஐரோப்பிய நாடுகளில் மக்களிடையே இந்த உணர்வு பரவாமல் அமைதியை நிலைநாட்டுவது சாத்தியமல்ல என்பதையும் லெனினைப்போல் போல்ஷ்விக் கட்சி உறுப்பினர்கள் அனைவரும் உணர்ந்திருந்தனர். என்ன விலை கொடுத்தாவது அமைதியைப் பெற சோவியத் அரசு முடிவு செய்தது. லெனின் செய்த முதல் வேலை புரட்சிக்கு முந்தைய ரஷ்ய அரசு பிற ஏகாதிபத்தியவாதிகளோடு செய்துகொண்ட ரகசிய ஒப்பந்தங்ளை வெளியிட்டு, யுத்தம் என்பது ஏகாதிபத்திய நாடுகளின் மக்கள் நலனைப் பாதுகாக்க அல்ல என்ற உண்மையை உலகறியச் செய்தார். இதன் விளைவாக யுத்த எதிர்ப்பு ஐரோப்பாவிலும் அமெரிக்காவிலும் பரவியது. ஆனாலும் தீய எண்ணம்கொண்ட ஐரோப்பிய அரசுகள் ராணுவத் தலையீட்டைத் தவிர்க்க உயிரைத் தவிர, மற்றதைப் பறிக்கும் நிபந்தனைகளை சோவியத்மீது போட்டன. உழைப்பாளிகளின் உயிர்களைக் காப்பாற்றினால் போதும் என்று ஜெர்மன் எல்லையில் அமைதியைக் கொண்டுவர சோவியத் அரசு கடுமையான விலை கொடுக்க நேர்ந்தது. உணவு உற்பத்தியில் உபரியைத் தரும் உக்ரைன் பகுதியைத் தனக்குக் கொடுத்தால்தான் எல்லையிலே அமைதி என்று ஜெர்மன் அப்பகுதியைத் தனதாக்கிக் கொண்டது. சோவியத் மக்களின் அரசு அதிக விலை கொடுத்துப்பெற்ற அமைதியை நன்கு பயன்படுத்திக்கொண்டது.

விவசாயத்தில் கூட்டுப்பண்ணை முறையை அமலாக்கி உணவுப் பஞ்சமில்லா நிலையை முதலில் சோவியத் அரசு கொண்டுவந்தது. உற்பத்தித் திறனை உயர்த்த ஆய்வுகளை மேற்கொண்டது.

சோவியத் கல்வி முறை, சோவியத் மக்களின் ஆரோக்கியத்தைப் பேணும் முறை, சோவியத்தின் அறிவியல் தொழில்நுட்ப ஆய்வு

முறை, தொழில்நுட்பத்தையும் உற்பத்தித் திறனையும் வளர்க்கத் தொழிற்சலைகளில் பாப்னோவிச் இயக்கம், இளைஞர்களின் துடிப்பை ஆற்றுப்படுத்திய காம்சோமால் இயக்கம், உலக மக்களின் ஆதரவைத் திரட்ட சோவியத்தின் முயற்சிகள் இவை அனைத்தும் இன்றும் மானுடம் சிறக்க வழிகாட்டுகின்றன.

1939இல் இரண்டாம் உலகப் போர் மூண்டது. ஹிட்லரும் சோவியத்தும் மோதி, ஒருவரை ஒருவர் அழித்துக்கொள்வர் என்று அமெரிக்க ஜனாதிபதியும் பிரிட்டன் நாட்டுப் பிரதமரும் கண்ட கனவு பலிக்காமல் போனது. சோவியத்தின் முன்னேற்றம் உலக மக்களின் கவனத்தை ஈர்த்தது. 10 ஆடுகளில் சோவியத் மக்கள் அற்புதங்ளைச் சாதிக்க நேர்ந்ததன் மர்மமென்ன? ஒவ்வொருவரும் உழைப்பால் முன்னேறும் வாய்ப்புகளை சோவியத் அரசு உருவாக்கியது. திக்கெட்டும் சென்று ஞானத்தைப் பெற கஜானாவில் திரட்டப்பட்டிருந்த தங்கத்தை அள்ளிக்கொடுத்தது. மக்களை அறிவும் உழைப்பும் செல்வமெனக் கருதவைத்தது. முதலாளிகளின் லாபத்தைக் குறிவைக்கும் அறிவு, அழிவை நோக்கிச் செல்லும். மக்கள் நலனைக் குறிவைக்கும் அறிவே, மானுடம் நீடித்து வாழ வழிவகுக்கும் என்ற உண்மையைப் பரப்ப பல வழிகளில் முயற்சி எடுத்தது.

வறுமையால் இளம் சிறார்கள் குற்றம் புரிவோர்களாக ஆவதைத் தடுக்க, தங்கிப் படிக்கும் கல்விக்கூடங்களைப் பரவலாக உருவாக்கிய மெக்கரங்கோ கல்வி முறை சோவியத்தில் குற்றம் புரிவோர் எண்ணிக்கையை வெகுவாகக் குறைத்தது. அதற்குக் காரணம் அவர் உருவாக்கிய கல்விக் கோட்பாடும் சொல்லிக்கொடுக்கும் முறையும் ஆகும். இதே காலத்தில் அமெரிக்காவிலும் இளம் சிறார்களை நல்வழிப்படுத்த கல்வியாளர் ஜான்டூயி ஒரு கல்வி முறையைப் புகுத்தினார். இன்று வரை பல வகைகளில் முன்னேறிய அமெரிக்காவில் குற்றம் புரியும் சிறார்களின் எண்ணிக்கை அதிகரித்து வருகிறதே தவிர குறையவில்லை. சோவியத் கல்வி முறையே எங்களது வழிகாட்டி என்று கூறும் சீனாவில் குற்றம் புரியும் சிறார்களின் எண்ணிக்கை குறைந்துவருவதைக் காண்கிறோம். அடிமைப்பட்ட நாடுகளில் விடுதலை உணர்வுபெற, அவசியமான பகுத்தறிவு பரவ சோவியத்தே ஆதர்சமாக இருந்தது என்பதை விளக்க வேண்டியதில்லை. தமிழ்நாட்டில் பகுத்தறிவு இயக்கம் வீறுகொண்டு எழவும் சோவியத்தே காரணமாக இருந்தது.

❑

39

இனமானவாதிகளின் பரிசீலனைக்கு

மொழியாலும், பண்பாட்டாலும் உருவாகும் கூட்டுணர்வைத் தமிழில் தேசிய இனத்தின் சுயநிர்ணய உரிமை என்கிறோம். இந்த சுயநிர்ணய உரிமை ஒரு சமூகத்தின் அடிப்படை உரிமையாகும். யார் மீதும் யாரும் ஆதிக்கம் செலுத்த இயலாத உறவை அல்லது ஒத்துழைப்பைப் பெற இது அவசியம். சான்றாக சுயநிர்ணய உரிமையின் பாதுகாப்பாளனாக சோவியத் ஒன்றிய மைய அமைப்பு இருந்ததை வரலாறு காட்டுகிறது. அன்று புரட்சிக்கு முன்னரே ருஷ்ய மொழி பேசும் மக்களிடையே நிலவிய மேலாதிக்க உணர்வை லெனினது கட்சி கடுமையாக விமர்சித்தது. மார்க்சிசத்தின் சித்தாந்த விளக்கம் புரட்சிகர பாட்டாளிவர்க்கத் தோழமை உணர்வை உருவாக்கியதையும் வரலாறு காட்டுகிறது. ஐக்கிய நாடுகள் சபை உருவானபோது சோவியத் யூனியனில் இருந்த உக்ரைன் மக்கள் தனிநாடாக ஐ.நா. சபையில் இடம்பெற விரும்பினர். அதனை சோவியத் யூனியன் ஏற்றது. ஒரே நேரத்தில் தனிநாடாகவும். சோவியத்தின் மாநிலமாகவும் உக்ரைன் இருந்தது. சுருக்கமாக சோவியத் மைய அரசு தேசிய இனங்களின் மனமுவந்த ஒத்துழைப்பால் உருவானது. ஆனால், இந்திய யூனியன் வரலாறு அவ்வாறு அமையவில்லை. அந்த வழியில் இந்திய மைய அரசு உருவாகவில்லை. இந்திய அரசியல் சட்டமே மைய அரசின் அதிகாரக் குவியலுக்கு வழிவகுத்தே உருவாக்கப்பட்டது.

விடுதலைக்கு முன்னர் பிரிவினையை இலக்காகக்கொண்டு எழுந்த திராவிடர் இயக்கத்தின் இனமான அரசியலில் பின்னர் மாற்றங்கள் ஏற்பட்டன. ஆனால், அந்த மாற்றங்கள் தமிழ்நாட்டின் சுயமான வளர்ச்சியைப் பேணுகிற முறையில் மத்திய, மாநில உறவுகளைச் சீர்செய்ய உதவவில்லை. அதனால், திராவிடர் இனங்களின் ஒற்றுமையைக்கூடப் பேணமுடியவில்லை.

மாநிலங்களின் முன்னேற்றத்திற்கு அவசியமான இந்திய ஒற்றுமையைப் பேணுகிற முறையில் மைய அரசை அமைப்பதைப் பற்றி அந்த இயக்கங்கள் அக்கறை காட்டியதே இல்லை. பிற மாநிலங்களின் ஒத்துழைப்போடுதான் மைய அரசின்

ஆதிக்கத்தை முறியடிக்க முடியும் என்பதை இந்த இயக்கங்கள் உள்வாங்கியதே இல்லை.

ஆரிய திராவிடர் மோதல் என்பது ஒரு வகை அரசியல் இட்டுக்கட்டு என்பதை அது பார்க்கத் தவறிவிட்டது. தேசிய இனங்களைப்பற்றிய அறிவியல் பார்வை இல்லாததால் அரசியலில் குழம்பி நிற்கிறது. அதிகாரக் குவியலே இந்திய ஒற்றுமையைப் பாதுகாக்கும் என்று கருதும் கட்சிகளின் எடுபிடிகளாவதற்குப் போட்டி போடுகின்றனர். உழைக்கும் மக்களைப் பிரிக்கும் சாதி அரசியலைப் பேணுகின்றனர். அந்தச் சித்தாந்தக் குழப்பம் உருவான விதம் என்ன? திராவிடர் இயக்கங்கள் அடிப்படையாகக்கொண்ட ஆரிய திராவிடர் மோதல் பற்றி அறிவியல் கூறுவதென்ன?

'பிசினஸ் வேர்ல்ட்' என்ற வர்த்தகப் பத்திரிகையின் ஆசிரியர் டி.எஸ். ஜோசஃப் ஆங்கில 'இந்து' இதழில் (ஜூன் 17, 2017) இந்தியாவிற்குள் ஆரியர்கள் வருகை பற்றிய விவாதத்தை தந்தை மற்றும் தாய்வழி மரபணு ஆய்வுகள் முடித்து வைத்துவிட்டன என்று எழுதினார். சில வாசகர்கள் இது புதுச் செய்தியெனக் கருதிப் பரபரப்படைந்தனர்.

உண்மை என்னவெனில், 2009ஆம் ஆண்டிலேயே 'நேச்சர்' என்ற ஆங்கில அறிவியல் இதழ் ஓர் ஆய்வுக் கட்டுரையை வெளியிட்டது. இந்திய மக்கள் பல இனங்களின் கலப்பு என்பதை மரபணுக் கள ஆய்வு காட்டுவதாக அந்தக் கட்டுரை கூறியது. அந்த ஆய்வின்படி இந்தியாவில் இவர் ஆரியர், இவர் திராவிடர் என்று யாரையும் அடையாளம் காட்ட முடியாது. இந்திய மக்களைப் பல இனங்களாகப் பிரிக்க இயலாது. பல இனங்களின் கலவை ஆவர். ஆனால், சாதி அமைப்பால் நிலவும் அகமண முறையால் பரம்பரை நோய்கள் தொற்றும் மானுடமாக உள்ளனர் என்று எச்சரித்தது.

'இந்து' பத்திரிகை கட்டுரையும் 2009இல் வந்த 'நேச்சர்' இதழ்க் கட்டுரையும் ஏன் மானுடர்களைப் பல இனங்களாகப் பிரிக்க வேண்டும். பின்னர் கலந்துகட்டியாக ஆகிவிட்டார்கள் என்று சொல்ல வேண்டும் என்ற கேள்விக்குப் பதில் சொல்லவில்லை.

மானுடர்கள் அனைவரும் ஹோமோ சாப்பியன் என்ற ஒரு வகைக் குரங்கு ஆப்பிரிக்காவில் பிறந்து உலகெங்கிலும் பரவி மானுடமாக மேன்மையுற்றது என்ற 20ஆம் நூற்றாண்டுக் கண்டுபிடிப்பை ஆய்வுலகம் ஏற்றுக்கொண்டபின், மானுடர்களை மரபணுக்களை வைத்துப் பிரிப்பதன் அடிப்படை என்ன? எல்லா

மானுடனின் உடலிலும் ஆப்பிரிக்க ஹோமோ சாப்பியன் மரபணு இருக்கும்பொழுது இனவாரிக் கோட்பாடு அடிபட்டு விடுவதை ஏன் பார்க்க மறுக்கிறார்கள்.

'நேச்சரில்' வெளிவந்த கட்டுரை சமூக அக்கறை கொண்ட விளக்கமாக உள்ளது. பகவத் கீதை ஓதிய சாதித் தூய்மை எவ்வளவு அபாயகரமானது என்பதை அது சுட்டிக்காட்டுகிறது. மானுட ஆரோக்கியத்தில் இந்தியா தாழ்ந்த நிலையில் இருப்பதற்குக் காரணங்கள் என்ன என்பதை 2009 'நேச்சர்' இதழ் காட்டுகிறது.

பெற்றோரிடம் இருக்கும் சில மரபணு ஊனங்கள் அல்லது நோய்கள் குழந்தைகளுக்கு வர வாய்ப்புள்ள வியாதிகளை மருத்துவ உலகம் பட்டியலிட்டுள்ளது. நிறக்குருடு, வெட்டுக்காயம் பட்ட இடத்தில் ரத்தம் உறைய மறுப்பது, உறுப்புகள் இடம் மாறுவது, சக்கரை நோய் போன்ற ரிசஸிவ் டிசீஸ் என்று ஒரு பட்டியலே உள்ளது. இவை அனைத்தும் இந்தியர்கள் உடம்பில் பரம்பரைச் சொத்தாக சுவீகாரம் செய்யப்பட்டிருப்தை யாரும் மறுக்க முடியாது.

அரசியல் காரணங்களால் இன்று வரை சாதித் தூய்மை விவாதப் பொருளாகவில்லை. பெரியார், சிங்காரவேலர், ஜீவா கண்ட சுயமரியாதை இயக்க சாதிமறுப்புத் திருமணங்கள் இன்று அரசியல் காரணங்களால் தடைபட்டுவிட்டன.

அடுத்து 'இந்து' பத்திரிகைக் கட்டுரை இந்தியாவில் இனவாதக் கோட்பாடு புகுந்த வரலாற்றை நோக்கி நமது கவனத்தைத் திருப்புகிறது என்பதில் ஐயமில்லை. அந்த வரலாறு கூறுவதென்ன?

1857இல் இந்தியச் சிப்பாய்களின் எழுச்சிக்குப்பிறகு பிரிட்டிஷ் ஆட்சியின் எதிர்காலம் கேள்விக்குறியானது. பிரிட்டிஷ் அரசிற்கு இந்திய மக்களைப் பிரித்தாள உத்திகள் தேவைப்பட்டன. அன்று மானுடத்தை இனவாரியாகப் பிரித்துப் பார்க்கும் சமூக இயல் ஐரோப்பாவைக் கலக்கி வந்தது. மனிதனுடைய முகத்தின் உயரத்தையும் அகலத்தையும் வைத்து செஃபாலிக் இன்டெக்சைத் தயாரித்தனர் (முகத்தின் உயரத்தை நூறால் பெருக்கி, அகலத்தால் வகுத்தனர்). பிரிட்டிஷ் அரசு செஃபாலிக் இன்டெக்சை வைத்து உருவான இனவாரிக் கோட்பாடு தங்களுக்கு உதவும் என்று கருதி அதனைக் கொள்கையாக ஏற்றுக்கொண்டது.

மக்கள்தொகைக் கணக்கெடுப்புமூலம் இந்திய மக்களை இனவாரியாகப் பிரித்துக் கணக்கிட முடிவு செய்தனர். இதன்மூலம்

செஃபாலிக் இன்டெக்சை வைத்துப் புத்திக்கூர்மை உள்ள இனத்தை இந்தியாவில் இனம்கண்டு அதனை ஆட்சிக்கு ஆதரவாக வைப்பது, மற்ற இனங்களை அடிமைகளாக்கி, ஆட்சியைத் தொடர்வது என்ற திட்டம் அமலுக்கு வந்தது. ராணுவத்திற்கும் அரசுப் பதவிகளுக்கும் ஆள் எடுப்பதற்கும் பதவி உயர்வு கொடுப்பதற்கும் செஃபாலிக் இன்டெக்ஸ் அடிப்படையானது. இதை வைத்துக் குற்ற இனம் என்று ஒரு பகுதி மக்களை ஒடுக்கியது. 1871ஆம் ஆண்டு கிரிமினல் டிரைப்ஸ் ஆக்ட் (குற்ற இனச் சட்டம்) கொண்டு வந்தது. பிராமணர்களை ஆரிய இனமாக உயர்த்தி உயர் பதவிகள் வழங்கினர். மற்றவர்களைப் பிற மட்டரக இனங்களாக முத்திரை குத்தினர். மட்டரக இனப் பட்டியலிலேயே வைத்து உயர் பதவிகளை மறுத்தனர்.

பிரிட்டிஷ் அரசின் இன ஆணவக் கோட்பாடு சில ஆய்வாளர்களால் அன்றே கேள்விக்குறியானது. 1899ஆம் ஆண்டு 'சயின்ஸ்' என்ற ஆங்கில இதழ் ராட்செல் என்ற மானுட இயல் ஆய்வாளர் எழுதிய 'மனிதகுல வரலாறு' என்று நூலின் சுருக்கத்தை வெளியிட்டுள்ளது. அவர் இந்தியாவைப் பற்றி எழுதியதைக் கீழ்க்கண்டவாறு குறிப்பிடுகிறது.

இந்திய வட்டாரத்திற்குள் இனத் தூய்மை என்பது ஆக்கிரமிப்பாளர்களால் உடைத்து தூளாக்கப்பட்டு உருட்டப்பட்டுவிட்டன. திராவிடர் இன வருகைக்கு முன்னரே நீக்ரோயிட் இனம் இங்கே வந்தது என்பதில் ஐயமில்லை. அவர்களது உடலமைப்பு சமூக, பொருளாதாரச் சூழல் காரணமாகக் குறுகியது. இந்த நீக்ரோயிட் இனத்தைத் தொடர்ந்து திராவிடர் இனம் வந்தது. மலாய் இனம் அடுத்து நுழைந்தது. ஆஸ்திரேலிய இனம் நுழைய முடியவில்லை. அடுத்தடுத்து ஆரிய இனமும் மங்கோலிய இனமும் நுழைந்தன. இன்று இந்த இனங்கள் கலந்து கட்டிய மக்களாக இந்தியர்கள் உள்ளனர். ராட்செலின் ஆய்வுப்படி இந்திய மக்களை இனவாரியாகப் பிரிப்பது அரசியலே தவிர அறிவியல் அல்ல என்பதை அன்றே காட்டியது.

ராட்செல் முன்மொழிந்த விளக்கத்தைத் தொடர்ந்து, ஆய்வாளர்கள் இந்திய மக்கள் பல இனங்களின் கலவை என்று ஏற்றுக்கொண்டனர். ஆனால், எந்தெந்த இனங்களின் கலவை என்பது ஆய்வாளர்களின் சர்ச்சையானது. இந்தச் சர்ச்சை இந்திய மக்களை ஆரிய இனம், திராவிடர் இனம் எனப் பிரிக்க இயலாது என்பதைக் காட்டியது. ஐரோப்பாவையும் அமெரிக்காவையும் இனவாரிப் பாகுபாட்டுச்

சர்ச்சை உலுக்கிக்கொண்டிருந்தபொழுது, 1939இல் மனித குல வரலாறு எழுதிய அமெரிக்க ஆய்வாளர் கார்லெட்டன், எஸ்.கூன் ஐரோப்பிய இனங்கள் என்ற புத்தகத்தில் திராவிடர்களை காக்கஸ் மலையிலிருந்த காக்கசாயிட் இன மக்கள் என்று வரிசைப்படுத்தினார். காக்கஸ் மலை ஐரோப்பாவையும் மத்திய ஆசியாவையும் இணைக்கிற மலை ஆகும்.

இந்த எழுத்துக்கள் ஓர் உண்மையை நமக்குக் காட்டுகின்றன. இந்திய மக்களை இன அடிப்படையில் பிளவுபடுத்தி ஆளவே இனவாதக் கோட்பாடுகள் உருவாக்கப்பட்டன. இது விஞ்ஞானமல்ல. சுரண்டும் வர்க்க அரசியல் என்பதை நாம் புரிந்துகொள்வது அவசியம். அடுத்து இனத் தூய்மை சாத்தியமில்லை. சாதித் தூய்மை ஆபத்தானது என்பதை இந்த ஆய்வுகள் தரும் தகவல்கள் உணர்த்துகின்றன.

பிரிட்டிஷ் அரசின் தயவில்தான் பார்ப்பனர் ஆதிக்கம் இருந்தது என்ற உண்மையை மக்களிடம் திராவிடர் இயக்கம் மறைத்தது. பார்ப்பனர்களுக்குக் கொடுத்த சலுகைகளைத் தங்களுக்கும் கேட்டே நீதிக்கட்சி பிறந்தது.

உண்மையில் பெரியாரின் மனமாற்றத்தால் ஏற்பட்ட சுயமரியாதை இயக்கமே, பிரிட்டிஷ் இன ஆணவத்தையும் பிராமண ஆதிக்கத்தையும் இணைத்தே எதிர்த்துப் போராடியது. சாதி ஒழிப்பிற்குச் சாதிமறுப்புத் திருமணத்தை இயக்கமாக்கி இந்தியாவிற்கே வழிகாட்டியது.

இன்று நாம் காண்பதென்ன? அகமண முறை நிலவுவதால் பரம்பரை நோய்களின் (ரிசஸ்வி டிஸ்யீஸ்) உறைவிடமாக இந்தியா ஆகிவிட்டது). மேல்சாதியினர்களின் ஆதிக்கம் அதிகார மையத்தில் குவிந்து கிடக்கிறது. ஒடுக்கப்பட்ட சாதியினர் உயர நேர்வழி அடைக்கப்பட்டுக் கிடக்கிறது. திராவிடர் இயக்க இனமான சித்தாந்தம் ஆபத்தான சாதிப் பாகுபாட்டை ஒழிக்கும் அரசியலாகவில்லை. நமது கேள்வி திராவிடர் இயக்கத்தினர் தங்களது சித்தாந்தப் பார்வையைப் பரிசீலனை செய்ய முன்வருவார்களா என்பதுதான்.

❑

40

கூட்டுணர்வும் புரட்சியின் கூறுகளும்

அரசியலில் புரட்சிகர மாற்றம் என்பது பொதுமக்களின் எழுச்சியால்தான் நிகழும். பொதுமக்கள் கோபத்தில் கலவரம் செய்வது, சொத்துக்களுக்குச் சேதம் விளைவிப்பது என்பது தன்னெழுச்சிக் கூட்டத்தின் இயல்பு ஆகும். ஆனால், ஓர் இலக்கைச் சுற்றிப் பெருந்திரளாக மக்கள் கூடும்பொழுது அதுவே கூட்டுணர்வாக மேன்மை அடைந்து புரட்சிகர மாற்றங்களைச் சாத்தியமாக்கிவிடுகிறது. இதுவரை நாம் கண்ட கூட்டுணர்வுகள் இனம், மொழி, மதம், நாடு, சாதி போன்றவற்றை அடிப்படையாகக் கலவரத் தன்மை கொண்டவைகளே. இவற்றுக்குத் தற்காப்பே அடிப்படையாகும். இத்தகைய கூட்டுணர்வுகளால் புரட்சிகர சமூக மாற்றம் சாத்தியமில்லை என்பது அனுபவம்.

ஆனால், ஜல்லிகட்டை முன்நிறுத்தி மெரினாவில் திரண்ட மக்கள் காட்டிய கூட்டுணர்வின் தரமும் டெல்லியை முற்றுகையிட்ட விவசாயிகளின் உறுதியும் மிக உயர்வானது. இரு திரளும் மக்கள் ஜனநாயக நிரவாக முறைக்கு இலக்கணமாக அமைந்திருந்தன. அது புரட்சிகர மாற்றங்களைக் கொண்டுவர மக்களைத் தயாரித்த ஒத்திகை என்றால் மிகை ஆகாது. மக்களாட்சியை உருவாக்கும் அரசியல் உணர்வு வித்தாக அங்கே உருவானது என்றால் மிகையாகாது. மக்கள் திரள் நினைத்தால் முதலாளித்துவ உற்பத்தி முறையால் வரும் நெருக்கடிக்கான அரசியல் தீர்வை உருவாக்க முடியும் என்ற நம்பிக்கையின் அடையாளமாக அந்த மக்கள் திரள் வாழ்ந்து காட்டியது. இந்திய அரசியலில் தனிநபர் துதி மாடலிலிருந்து பாமர மக்களின் கூட்டுணர்வு மாடலுக்கு மாறுவது சாத்தியம் என்பதை இது காட்டுகிறது.

❑

www.ingramcontent.com/pod-product-compliance
Lightning Source LLC
Chambersburg PA
CBHW050018170726
48282CB00025B/454
9788196167851